# குறளின் குரல்

சூரிய புத்திரன்

ஏலே பதிப்பகம்

குறளின் குரல்
© சூரிய புத்திரன் 2021
எழுத்தாளர்: சூரிய புத்திரன் 2021

முதல் பதிப்பு: செப்டம்பர் 2021

வெளியீடு:
ஏலே பதிப்பகம்
5/175, பாத்திமா நகர்,
கூத்தென்குழி,
திருநெல்வேலி – 627104
தொடர்புக்கு: 9944992571

Kuralin Kural

Author: Sooriya Puthiran 2021
First Edition: September 2021

Published By:
Aelay Publish
5/175, Fathima nagar,
Kuthenkuly,
Tirunelveli -627104
Phone: 9944992571

Design And Executed by

ISBN :  978-93-5533-063-5
Page : 140

# திருக்குறள் ஒரு பார்வை

திருக்குறள் உலக புகழ் பெற்ற பொது மறை நூல்.
இந்நூலை இயற்றியவர் திருவள்ளுவர். திருவள்ளுவரை நாயனார், தேவர், தெய்வப்புலவர், பெருநாவலர், பொய்யாமொழிப் புலவர் என்றும் பல சிறப்புப்பெயர்களால் அழைப்பர்.

இந்நூல் அறம், பொருள், இன்பம்( காமம்) என்னும் முப்பாலையும் அழகாக எடுத்துரைக்கிறது.
வாழ்கையின் அனைத்து பகுதிகளையும் எடுத்துரைக்கும் ஒரு சிறந்த வாழ்வியல் நூலாகும்.
சாதி, மதம், மொழி, நாடு என்று வேறுபாடு இல்லாமல் மக்கள் அனைவருக்கும் பொருந்துவதாக உள்ளதால் உலக பொது மறை என்று அழைக்கப்படுகிறது. தெய்வநூல், பொய்யாமொழி,தமிழ் மறை,முப்பால் என்று வேறு பெயர்களும் உண்டு.

இந்நூலை பாராட்டித் தோன்றியது திருவள்ளுவமாலை. இந்நூல் அதிக மொழிகளில் மொழி பெயர்க்கப்பட்டுள்ளது.
திருக்குறளில் 133 அதிகாரமும், அதிகாரத்துக்கு 10 குறளும் மொத்தம் 1330 குறளும் அடங்கியுள்ளது. ஒவ்வொரு குறளும் இரண்டு அடிகளையும் ஏழு சீரும் கொண்ட வெண்பாவாகும்
அறத்துப்பால்-38 அதிகாரங்கள் ,பொருட்பால்-70 அதிகாரங்கள் காமத்துப்பால்-25 அதிகாரங்கள் கொண்டதாகும்
.இந்நூலில் பெரும் பிரிவு பால் எனவும்,சிறு பிரிவு இயல் எனவும், அதனினும் சிறியது அதிகாரம் என்று வகுக்க பெற்றுள்ளது.

## இது ஒரு குறளின் குரல்

வாழ்வின் பிறப்பு முதல் இறப்பு வரை ஒரு நூல் வழிகாட்டும் என்றால் அது உலகில் திருக்குறள் அன்றி வேறு எந்த நூலாக இருக்க முடியும். வாழ்வின் பொக்கிஷம் அது ! நம் பெரிய வரம். சிறியவர் மற்றும் பெரியவர் வரை எல்லோரும் படிக்க வேண்டிய ஒரு நூல். அது மட்டும் எல்லோரும் இயல்பாய் எளிமையாய் அந்த குறளின் அழகும் உடையாமல் படித்தால் எப்படி இருக்கும்  ஆம் அப்படி ஒரு முயற்சியே இந்த குறளின் குரல். இதில் நீங்கள் குறளை படிக்கலாம் கவிஞர் சூரிய புத்திரனின் குரல் வழியே !

நீங்கள் எத்தனையோ திருக்குறள் மொழிபெயர்ப்பு நூல்கள் படித்திருந்தாலும் இது புதியது

இது குறளின் குரல்

**கவிஞன் மொழி**
**ஏலே பதிப்பகம்**

# முன்னுரை

திருக்குறள் மட்டுமின்றி தமிழில் எழுதப்பட்டுள்ள அனைத்து இலக்கியங்களும் மரபு தமிழில் எழுத பட்டுள்ளது அவைகளுக்கு பேரறிஞர்களால் விளக்கங்களும் எழுதப்பட்டு சிறப்பு செய்யப்பட்டுள்ளது இருந்தாலும் இன்னும் எளிமையையாக நடைமுறை தமிழில் இருந்தால் பாமரனும் படித்து புரிந்து கொள்ள முடியும் என்கிற நோக்கில்என்னால் முடிந்தவரை மிகவும் எளிய முறையில் குறள் வடிவத்திலேயே எழுதியுள்ளேன் இலக்கணம் எதுவும் கொள்ளாமல் எழுதியுள்ளேன் திருக்குறளின் கருக்களை வைத்துக் கொண்டு திருக்குறள் போலவே இரண்டு அடிகளில்எழுதப்பட்டுள்ளது ஆகவே இந்த நூலுக்கு **குறளின் குரல்** என பெயரிடபட்டுள்ளது

மேலும் இது ஒரு சிறியமுயற்சியே இதில் பொருட்குற்றம் எழுத்துபிழை எந்த குற்றம் இருப்பினும் பொருத்து தயவு கூர்ந்து எனக்கு தெரிவித்தால் அதை திருத்திக்கொள்ள உதவும்.
அடுத்த பதிவில் மாற்றி அச்சிடவும் தமிழுக்கு நீங்கள் செயும் ஒரு சிறிய தொண்டாகவும் இருக்கும்

மரபு தமிழில் இருக்கும் இலக்கியங்கள் நடைமுறைதமிழில் எழுத பெற்றால் விரும்பாதவர்களும் விரும்பி படிப்பார்கள் என்கிற அடிப்படையில் எழுதியுள்ளேன் இதை போற்றி படிப்பவர்கள்
மகிழ்ச்சியே என்னுடையவெற்றியாக இருக்கும்

என்றும் அன்புடன்
**சூரியபுத்திரன்**

# காணிக்கை

அங்கத்தில் சுமந்த அன்னைக்கும்
மார்மீது சுமந்த தந்தைக்கும்
அறிவைத் தந்த ஆசிரியர்களுக்கும்
அங்கத்தை காக்கும் ஆண்டவனுக்கும்
வன்னியகுலத்தில் ஷத்திரியர்வம்சத்தில் பிறக்கவைத்த
குலதெய்வத்திற்க்கும் இஷ்ட தெய்வ தேவதைகளுக்கும் என்
எழுத்துக்களை காணிக்கையாக்குகிறேன்

# ஆசிரியர் குறிப்பு

இயற்பெயர்            :-    ச.வரதராசன் நாய்க்கர்

பிறப்பு                :-    1961

பிறந்த இடம்        :-    சென்னை தண்டையார்பேட்டை

எழுதிய வருடம்      :-    2021 (அத்திப்பட்டு சென்னை 120)

புனைப்பெயர்         :-    சூரியபுத்திரன்

தந்தையார் பெயர் :-    திரு    ஆ.சம்பந்த நாய்க்கர்

தாயார் பெயர்        :-    திருமதி ராதா சம்பந்தம்

மனைவி பெயர்       :-    திருமதி ரேவதி வரதராசன்

# 1. கடவுள்வாழ்த்து

1. அகரம் எழுத்துக்கு முதன்மை ஆதிகடவுள்
   முதலே இந்த உலகிற்கு

2. பெரும்படிப்பும் பெரும்பதவியும் பெற்று பயனென்ன
   கடவுளை வணங்காத படித்தவருக்கு

3. மலர்போன்ற மனதில் வாழும் கடவுளை
   வண்ங்க நிலம்போல் வாழ்

4. வணவெறுப்பின்றி விருப்போடு கடவுளை வணங்கிட
   எவ்விடத்திலும் துன்பம் இல்லை

5. அறியாமை இருளால் அடையும் இருவினையும்
   கடவுளை உணர வராது

6. ஐம்புலனை அடக்கி பொய்யற்ற ஒழுக்கவழியில்
   நின்றவர் நெடுங்காலம் வாழ்வார்

7. இணையில்லா கடவுளின் திருவடி சேராதவரின்
   மனக்கவலை மாற்றல் அரிது

8. அறக்கடலின் திருவடியை சேராதவர் பிறவியின்
   பெருங்கடலை கடக்க முடியாது

9. ஐம்பொறியும் இயங்காதவன் நிலை என்னவோ
   கடவுளை பற்றாத நிலைமையும்

10. பிறவி பெருங்கடலை நீந்துவார் நீந்தமாட்டார்
    கடவுளடி பற்றாத நிலையில்

## 2. வான்சிறப்பு

1. நீரின்றி உலகில்லை நீரே கொடையானதால்
   மழையே அமிழ்தம் எனலாம்

2. நீரிலே தோன்றி நீரோடு வாழ்ந்து
   நீரே உணவாய் மழையே

3. விண்ணின் கொடையாம் மழை பொய்க்க
   பசியால் இறப்போர் பலராகும்

4. ஓய்வெடுப்பான் உழவனும் ஓய்ந்து நிற்க
   உழுவதில்லை மழையே நீயின்றி

5. கொடுப்பதும் கொடுத்து கெடுப்பதும் மழையே
   நீயன்றி நிகரேது உனக்கு

6. ஓரறிவு ஆறறிவு ஒன்றும் தோன்றாதே
   மழையே இல்லாமல் போனால்

7. ஆவியான நீரும் மாரியாய் கொட்டாதிருக்க
   அனைத்தும் வற்றிடுமே அகிலத்தில்

8. மாரியாய் நீருமே மண்ணில் வீழாதுப்போனால்
   விழாவேது மண்ணில் யாருக்கும்

9. ஈகையும் பொய்க்கும் இன்னலும் விளையும்
   பெய்யாமல் பொய்த்தால் மழை

10. பஞ்சமான வாழ்வும் நோயும் களவும்
    பெருகும் மழையின்றி போக

## 3. நீத்தார்பெருமை

1. எழுத்தில் எவனெல்லாம் இடம் பெறுகிறானோ
   ஒழுக்கத்தில் உயர்ந்து அவன்

2. முற்றும் துறந்தவன் முழுமையாய் உணர்ந்தவன்
   எண்ணி பார்க்க இயலாது

3. நன்மையும் தீமையும் நன்கு உணர்ந்து
   நாலும் கொள்வான் நல்லவன்

4. ஆசைகளுடன் ஐந்தடக்கி வெல்வார் துறவறமெனும்
   நிலத்திற்கு ஏற்ற விதையாவன்

5. ஐம்பூதமடக்கி அகிலத்தில் வென்றவன் ஆளுவான்
   மூவரினும் சிறந்து மேலாய்

6. செயலில் புரியும் சிறியோர் பெரியோர்
   சிறுமை செய்யார் பெரியோர்

7. ஐந்தடக்கி புவியில் வாழ போற்றுவாரை
   தேவர் உலகமும் போற்றும்

8. அறிவின் ஊற்றாகினும் அவன் சொல்
   அறிந்தே உணர்வாய் அவனை

9. பண்புக்கே சிகரமாய் பயணித்தோரின் கோபமும்
   நிலைத்து நிற்காது கணமும்

10. எவ்வுயிருக்கும் இரக்கமும் தரும நெறியும்
    தாங்கும் தலையே சான்றோன்

## 4. அறன்வலியுறுத்தல்

1. சிறப்பான பெயரும் செல்வமும் சேர்ந்துவிடும்
   தர்மத்தின் வழி நடக்க
2. தர்மம் செய்தவதினும் நன்மையில்லை அதைச்செய்ய
   மறப்பதைவிட கெடுதியும் இல்லை
3. தர்மமே தர்மமாகும் தர்ம வழியில்
   தர்மம் செய்தல் தலை
4. அகத்தூய்மையே தர்மத்தின் வாழ்க்கை அதுவன்றி
   புறத்தூய்மை போற்றுவது பொய்
5. பேராசை பொறமை சினம் கடுஞ்சொல்
   நான்கும் அறவழிக்கு பொருந்தாது
6. கன்றிலே தோன்றும் தர்மம் வயதை
   கடந்தாலும் காக்கும் காடுவரை
7. தர்மத்தை செய்தால் பல்லாக்கில் போவாய்
   இல்லையேல் பல்லாக்கை சுமப்பாய்
8. அறத்தை ஒருநாளும் விடாமல் செய்ய
   மறுபிறவி அடைக்கும்கல்லாகும்
9. தர்மதின்வழி புகழ் மட்டுமே புகழாகும்
   மற்றதெல்லாம் புகழ் ஆகாது
10. பிழையென வாழாமல் அறவழியில் வாழ்ந்தால்
    அதைவிட புகழேது பூமியில்

## 5. இல்வாழ்க்கை

1.  இல்லறத்து இயல்பென்பது பெற்றோர் மனைவி
    பிள்ளையென மூன்றும் பேணுதலாகும்

2.  இருப்போர்க்கும் இல்லாதவருக்கும் இறந்தோர்க்கும்
    இடுபவனே இல்லறத்தில் தலைவன்

3.  பிண்டமிட்டு இறந்தோருக்கும் சுற்றமும் நட்பும்
    சூழ வாழ்வதே இல்லறம்

4.  உழைத்து பிழைத்து ஏய்த்து பிழைக்காமல்
    பகிர்ந்துண்பவன் பரம்பரை அழிவதில்லை

5.  அன்பும் அறனும் இருந்தால் இல்வாழ்கையில்
    பண்பும் பயனும் அதுவேயாகும்

6.  இல்லறம் சிறக்காமல் நல்லறம் ஆகாது
    பெயர் பெற்றும் உலகில்

7.  இல்லறத்தின் இலக்கணம் பிழையின்றி பேண
    தலையாய் உயர்ந்து வாழ்வான்

8.  வாழ்ந்து வழிநடத்தி வாழ்க்கையை கற்பித்தல்
    தவம் செய்வாரைவிட பலனாகும்

9.  பழியும் பாவமும் இழிவும் இல்லாமல்
    இருப்பதே  இல்லற சிறப்பு

10. குறையும் கறையும் இல்லாத இல்லறம்
    இறையருள் பெற்ற வாழ்வு

## 6. வாழ்க்கைதுணைநலம்

1. இல்லாள் இல்லாமலும் இருப்பாள் இருப்பதிலேயே
   சிறப்பை காணுபவளே இல்லாள்

2. ஊராளும் பெரும்பேர் பெற்றாலும் மனைவி
   அமையாதான் வாழ்வில்லை சிறந்து

3. இல்லாள் இனிவளானால் இல்லாததில்லை நற்பண்பு
   இல்லாதவளானால் வாழ்க்கையில் ஏதுமில்லை

4. கற்பெனும் பெருமை காத்தவள் இருக்க
   கற்பை காப்பவளே இல்லாள்

5. ஐம்பூத்தங்களும் அடங்கியே போகும் கணவன்
   சொல் மாறத மனைவிக்கு

6. தன்னை காத்து கணவனை காத்து
   கற்பையும் காப்பவள் இல்லாள்

7. எத்தனை காவல் வைத்தாலும் பெண்ணுக்கு
   அவளுக்கு அவளே காவல்

8. கற்பையும் கணவனையும் காக்கும் இல்லாளை
   தேவருலக வாழ்வை பெறுவர்

9. நிமிர்ந்த நடையும் நேர்கொண்ட பார்வையும்
   புகழில்லா மனைவியால் போகும்

10. மங்கலம் வரும் மனைவியால் மட்டுமின்றி
    நல்மக்களை பெறுவதே சிறப்பு

## 7. மக்கட்பேறு

1. எத்தனை செல்வம் இருந்தும் பயனில்லை
   மழலை செல்வம் இல்லாமல்

2. அறிவாற்றலான பண்பான பிள்ளையால் ஏழேழு
   பிறவிக்கும் இல்லை துன்பம்

3. எச்செயல் செய்யினும் அச்செயல் பொருத்தே
   அமையும் மழலையும் வாழ்க்கையும்

4. அமிர்தம் பெரிதாகலாம் அதைவிட பெரிது
   குழந்தை தரும் கூழ்

5. தொடுதலில் இன்பம் தோன்றலாம் அதனினும்
   இன்பமே மழலை மொழி

6. இசையும் ராகமும் இனிதென்பார் அவரெல்லாம்
   மழலை மொழி கேட்காதவர்

7. பெற்றதில் கடமை பெரிதென ஆகுமே
   சான்றோனாக்கி சபையில் காண

8. ஊராருக்கு உதவும் அறிவும் ஆற்றலும்
   பெற்றோரினும் மற்றவர்க்கு இனிது

9. பெற்றபோது கொண்ட மகிழ்ச்சியினும் மகிழ்வார்
   உயர்ந்தவன் மகனென கேட்க

10. அவன் பிள்ளை என்பதினும் சிறப்பு
    இவன் தகப்பன் என்பதே

## 8. அன்புடமை

1. உண்மை அன்பை மூடிவைக்க முடியாது
   கண்ணீரில் காதல் தெரியும்

2. உதவாததைக்கூட உரிமை கொண்டாடும் அன்பற்றோர்
   அன்புள்ளோர் எதையும் தந்தே

3. உயிரும் உடலும்போல் அன்பும் செயலும்
   இணைந்திருப்பதே உயர்ந்த பொருத்தமாகும்

4. சுற்றமும் நட்பும் சூழ்ந்து கொள்ளும்
   அன்புக்கு. அதுவே சான்று

5. அன்பின் சிறப்பால் வாழ்ந்தோர் நெடுநாள்
   அதுவன்றி வேறேது சொல்

6. வீரமும் விளையும் அன்பால் அதுவன்றோ
   அறத்தின் வாழ்வு மட்டுமின்றி

7. அன்பில்லா வாழ்வறம் தவறுபவன் மனம்
   அனலில் துடிக்கும் புழுப்போல

8. அன்பேயறிதான் வாழ்க்கை வறண்ட,பாலைவனத்தில்
   பட்டமரம் துளிர்த்தது போலவாகும்

9. புறவழகு போற்றி என்னப்பயன் அன்பில்லாத
   அகவழகு இல்லாத யாருக்கும்

10. மூடிவைத்த உடம்பில் அன்பை மறந்தவர்
    உயிருள்ள வெறும் கூடாகும்

## 9. விருந்தோம்பல்

1. இல்லறத்து இன்பமெல்லாம் இருப்பதை விருந்தாக்கி
   விருந்தினரை போற்றும் பொருட்டே

2. மறைத்து வைத்து உண்பவன் வீட்டில்
   மறந்தும் மருந்தும் வேண்டாம்

3. விருந்தை போற்றுபவர் விரதமாய் இருந்தாலும்
   வறுமையில் வாடுவது இல்லை

4. இன்முகமாயிருந்து இன்பமாய் விருந்து படைப்பவர்
   வீட்டில் திருமகளும் வாழ்வாள்

5. விருந்தென படைத்து மிஞ்சியதை உண்பவன்
   நிலத்தில் விதைக்கவும் வேண்டுமோ

6. வந்தவருக்குவிருந்தளித்து வருபவருக்காக காத்திருபவனை
   தேவரும் தேடியே வருவார்

7. விருந்தின் வேள்வியை அளவிடமுடியாது விருந்தினரின்
   தகுதியளவுதான்  நன்மையின் அளவாகும்

8. செல்வத்தை சேர்த்துவைத்து இழக்கும்போது விருந்தெனும்
   வேள்வியை செய்யவில்லையென வருந்துவர்

9. வயிற்றின் பசிக்கு கொடுக்காதவன் செல்வம்
   இருந்தும் இரந்து உண்பவனே

10. முகர்ந்தால் அனிச்சம் வாடும் முகம்கோணி
    வரவேற்றாலே விருந்தினர் வாடிவிடுவர்

## 10. இனியவைகூறல்

1.  வாய்மை பெற்று வஞ்சனை அற்று
    வரும் சொல்லே இனியவை

2.  மலர்ந்த முகத்தோடு இனியவை சொல்ல
    ஈகையினும் இது பெரிதாகும்

3.  அடுத்தவர் மனங்குளிர முகமலரும் சொல்லே
    அறவழி சொல்லே ஆகும்

4.  இன்சொல் தருமே இன்பம் என்றுமே
    வறுமை வராமல் ஒழித்து

5.  அணிவது புன்னகையும் அதனுடன் பண்பும்
    அணிவது வேறேது அகத்திற்கு

6.  இன்புறும் சொற்களே இன்பம் விளைக்கும்
    நலம் பெருகும் நாடே

7.  பண்பான சொற்கள் பலனாகும் பிறருக்கும்
    உயர்வாக்கும் உனக்கும் இன்பம்தந்து

8.  இனிய வார்த்தைகள் இங்கு மட்டுமல்ல
    இறந்த பின்னும் வாழும்

9.  இனியதை பேசியும் வன்சொல் வந்தால்
    எடுத்து செல்லார் பலனை

10. இனியது இருந்தும் இனியவையற்றதை பேசுவது
    கனியைவிட்டு காயை உண்பதுபோல்

## 11. செய்நன்றியறிதல்

1. ஏதுதவியும் செய்யாமல் உனக்குதவி செய்தவருக்கு
   விண்ணை தந்தாலும் ஈடாகாது

2. உற்றகாலத்தின் உதவி சிறிதானாலும் தன்மையில்
   உலகைவிட மிக பெரியதாகும்

3. எதிர்பாராது செய்த உதவிகள் உலகின்
   கடலைவிட பெரியது ஆகும்

4. திணையளவு செய்யினும் பயனடைதோர் பனையளவு
   பெரிதாய் கருதுவோர் பெரியோர்

5. உதவிக்கு அளவேது பெற்றவர் உள்ளத்து
   அளவே அதற்கு அளவாகும்

6. அழுக்கற்றவரின் நட்பையும் துவண்டதும் தூக்கிய
   உதவியும் எப்போதும் மறவாதே

7. துன்பமில்லா இன்பத்தை தருவாரை எத்தனை
   தலைமுறைக்கும் சொல்லி செல்வார்

8. செய்நன்றி மறப்பது சிறப்பற்றது சிறப்பற்றதை
   சீக்கிரம் மறப்பது சிறப்பு

9. பகைவனாய் ஆனாலும் ஒருவன் உதவியதை
   நினைக்க மாறிவிடும் நிலைமை

10. தவறான தவறுகளையும் மன்னிக்கலாம் செய்ந்நன்றி
    மறந்தவரை மன்னிக்க சிறப்பில்லை

## 12. நடுநிலமை

1. நீதியென்று நெருங்க பகைவனும் நண்பனும்
   ஒன்றென கொள்வதே நெறி

2. நீதி தவறாமல் நெறிமுறையில் வாழ்ந்தால்
   செல்வம் செழிக்கும் தலைமுறைக்கும்

3. நடுநிலை விலகினால் நலம் பயக்குமென்றால்
   அப்பொருட்களை அங்கேயே விட்டுவிடு

4. இறந்தபின் வாழும் பெயர் கொண்டே
   யாரிவர் என்பது தெரியும்

5. பஞ்சமென வந்தாலும் பசியோடு இருந்தாலும்
   நெஞ்சத்தில் நடுநிலை தவறாதே

6. நடுநிலையை கொல்ல நினைத்தாலே கெடுதலின்
   துவக்கம் என்பதே கொள்

7. நேர்மையான வாழ்வில் நிர்மூலமானலும் போற்றுவாரன்றி
   உலகத்தில் தூற்றுவார் இல்லை

8. எப்பக்கம் வரினும் அப்பக்கமின்றி தராசுப்போல்
   நடுப்பக்கம் நிற்பதே நெறி

9. வாய்மை வலிமையானால் நேர்மை நின்று
   பேசும் நீதி தவறாமல்

10. ஊரார் பொருளை தன் பொருளாய்
    பாவித்தல் வணிகத்தின் நெறி

## 13. அடக்கம் உடமை

1.  அடக்கமான வாழ்க்கையில் அடைவாய் கடவுளை
    அடங்காதவர் அழிவது உறுதி

2.  அடக்கம் என்பது அழியாப் செல்வமாய்
    காப்பவன் வாழ்வான் சிறப்பாய்

3.  கற்றுணர்ந்து அடக்கத்துடன் தலைக்கணமின்றி வாழ்ந்தால்
    பண்பை உணர்ந்து பாராட்டுவார்கள்

4.  நிலையில் மாறாது அடக்கமான உயர்வு
    மலையினும் பெரிதென கொள்வார்

5.  பண்பாய் வாழ்வது பண்பாகும் பணிவும்
    செல்வருக்கு மேலும் செலவமாகும்

6.  அடக்கதில் ஆமைபோல அடங்கும் உடலில்
    ஐம்புலனடக்க அரணாக அமையும்

7.  நாவடக்கம் நன்மை பயக்கும் மறந்தால்
    சொல்லே உனக்கு சோதனையாகும்

8.  சொல்காக்க சுகமாகும் சொல் தவற
    நல்ல சொற்களும் நாசமாகும்

9.  அடித்தாலும் மறந்திடும் சொல்லால் அடிக்க
    எந்நாளும் மாறாது வடுவாக

10. கற்று சினமின்றி அடக்கமெனும் பண்பாளரை
    அறமானது வழிபார்த்து காத்திருக்கும்

## 14. ஒழுக்கமுடைமை

1. ஒழுக்கம் வாழ்வின் உயர்வை தருவதால்
   ஒழுக்கத்தை உயிராய் நினை
2. போற்றி காத்துக்கொள் ஒழுக்கத்தை அதுவே
   ஆக சிறந்த துணை
3. ஒழுக்கத்தை பெற்றோர் உயர்ந்தோர் அன்றி
   ஒழுக்கத்தை விட்டோர் தாழ்ந்தோர்
4. மறப்பினும் மறுபடியும் கற்கலாம் வித்தையை
   ஒழுக்கம் தவற சிறப்பேது
5. அழுக்கான எண்ணம் கொண்டவன் அடைவான்
   ஒழுக்கமும் உயர்வும் இல்லை
6. உயர்வான ஒழுக்கத்தை ஒருநாளும் தவறார்
   உயர்குடியென போற்றுவார் அவரை
7. வேண்டாத பழியும் வேதனையும் சேருமே
   ஒழுக்கத்தை மறக்க உனக்கு
8. வாய்மைக்கு விதையாகும் நல்லொழுக்கம் தீயொழுக்கம்
   என்றும் துன்பம் தரும்
9. தவறாது தடுமாறாது வார்த்தை ஒழுக்கம்
   உள்ளவரின் வாயில் மறந்தும்
10. கரைத்து குடித்தாலும் கல்வியை சான்றோர்
    ஆகார் ஒழுக்கத்தை மறந்தால்

## 15. பிறன்மனைநோக்குதல்

1. சபை புகழும் ஆன்றோர் ஆசைகொண்டு
   அடுத்தவர் மனைவியை நாடார்

2. எப்பாவம் வரினும் எதற்கஞ்சான் ஆசையில்
   அடுத்தவர் மனைவியை நாடுபவர்கள்

3. பிணமென கொள்வாய் நம்பியவர் மனைவியை
   அடைந்து அவளை அடைந்தவனை

4. எப்பெருமை படைத்தவரின் பெருமையும் அழியும்
   பிறர் மனைவியை நோக்க

5. அடைவதெளிதென்றே அடுத்தவன் மனைவியை நோக்குபவன்
   அகப்படுவான் தீராத பழிக்கு

6. தீயொழுக்கம் எல்லாம் தெளிவாய் இருக்கும்
   அடுத்த மனையை நாடுவோனுக்கு

7. பெண்ணின்பம் வேண்டியே பிறர் மனைவியை
   நோக்காதவன் பெரியவன் ஆவான்

8. காமம் வேண்டி பிறர்மனை நோக்காதவன்
   அறத்தின் சிகரம் அவனே

9. பிறர் மனை நோக்கான் பெருங்கடலாய்
   பெருமை அடைந்து வாழ்வான்

10. எப்பாவம் செய்தாலும் விடிவுண்டு விடிவில்லை
    பிறர் மனைவி கொண்டோர்க்கு

## 16. பொறையுடமை

1. பொறுத்து வாழ்ந்தால் சிறந்து வாழ்வாய்
   இகழ்வாரை மறந்து செல்

2. இகழ்வாரை பொறுப்பதனினும் இகழ்வார் சொல்லை
   மறப்பது அதனினும் நன்று

3. வருமையென்பது விருந்தோம்பல் செய்யாதது வலிமையென்பது
   இகழ்வாரை தாங்கி கொள்வது

4. நிறைவாக நிலையாய் வாழ்ந்திட நினைப்பவன்
   பொறுத்தே வாழவேண்டும் பூமியில்

5. வருத்துவாரை மதியார் உலகில் பொருத்துக்கொள்வாரை
   போற்றுவார் அவரை பொன்னாய்

6. வருத்தியவருக்கு ஒருநாள் இன்பம் அதையே
   பொறுத்தவருக்கு வாழ்வெல்லாம் இன்பம்

7. பழிதீர்த்து கொள்வது பலனிக்காது அதனினும்
   அதேத்தவறை செய்யாதிருப்பது சிறந்தது

8. ஆணவமும் அநீதியும் தழைக்காது அதனை
   வெல்லும் பொறுத்தலின் பண்பு

9. வரம்பில்லா வாயில்பிறக்கும் ஞானமில்லா கடுஞ்சொல்லை
   பொறுத்தவர் துறவியைபோல் தூய்மையனவரே

10. உண்ணாமல் நோன்பிருப்பவரினும் பிறரின் கடுஞ்சொல்லை
    பொறுத்தவரே பெரியவர் ஆவார்

## 17. அழுக்காறாமை

1.  ஒழுக்கத்தின் வாழ்க்கையில் உண்டாக்கும் அழிவை
    இழுக்காகும் பொறாமை கொள்ள

2.  எவரிடத்தும் கொள்ளாதே பொறாமை அதைவிட
    சிறப்பு வேறொன்றும் இல்லை

3.  அறனும் திறனும் ஆக்க முடியாதவன்
    போற்றி திரிவான் பொறாமையை

4.  தூய நெஞ்சத்தோர் துணிய மாட்டார்கள்
    பொறாமையை போற்றி வளர்க்க

5.  பொறாமை ஒன்றே போதுமே அழிய
    வேறுபகைவர் வேண்டியது இல்லை

6.  கொடுப்பதை கண்டு கெடுப்பதை நினைத்தால்
    ஊடுருவும் பஞ்சம் உனக்கு

7.  பொறாமை உடைவனை திருமகளும் பொறாமைபட்டு
    மூதேவியை அடையாளம் காட்டிசெல்வாள்

8.  பொறாமையெனும் பாவி செல்வத்தை அழித்து
    தீயவழியை காட்டி செல்வான்

9.  வளமற்று வைத்திடுவான் கடவுள் உலகில்
    பொறாமை கொண்டே வாழ்வோரை

10. உயர்ந்தோர் இல்லை பொறாமையால் தாழ்ந்தோறும்
    இல்லை பொறாமை அற்று

## 18. வெஃக்காமை

1.  மாற்றான் பொருளை மறந்தும் கவர
    நினைத்தால் அழியும் குலம்

2.  மாற்றான் பொருளுக்கு மறந்தும் விரும்பாத
    நீதிமான் நின்று வாழ்வான்

3.  அறவழி மறந்தும் அடையார் நல்லவர்
    புறவழியாக மாற்றான் பொருளை

4.  ஐம்புலனடக்கி வென்றோர்  எந்த வறுமையிலும்
    நினையார் பிறர் பொருளை

5.  மாற்றான் பொருளை கவர நினைப்பவர்
    படித்தும் பலனில்லை உலகில்

6.  அருளோடு வாழ்பவனும் அழிந்து போவான்
    பிறர் பொருள் நோக்கவே

7.  உயர்வு கிடைக்காது உண்மை இருக்காது
    கள்வனாய் கவருவார் பொருளை

8.  பரம்பரை பொருளும் பாழாய் போகும்
    அடுத்தவர் பொருளை அடைய

9.  அறமறிந்து வாழ்வார் அடுத்தவர் பொருளை
    ஆசைப்படாதவரை திருமகளும் தேடுவாள்

10. வெற்றியும் அழியும் வீரமும் தொலையும்
    மாற்றான் பொருள் நினைக்க

## 19. புறங்கூறாமை

1. அறந்தவறி வாழ்ந்தாலும் வாழலாம் மற்றவரை
   புறங்கூறி வாழ்வது இழுக்கு

2. பொய்யாய்ப்பேசி புகழ்ந்து முன்னால் முதுகுக்கு
   பின்னால் புறங்கூறி பேசுவதெதற்கு

3. புறங்கூறி பிழைத்து உயிர் வாழ்வதினும்
   இறந்து போவதே மேல்

4. முகத்திலேயே எரித்து விடலாம் விடுத்து
   புறங்கூறி புகழ்வது ஏன்

5. அறங்கூறி நல்லவனாய் பேசுபவனை புறங்கூற
   புரிந்துவிடும் சிறுமையான எண்ணம்

6. முதுகு பின்னால் புறங்கூறினால்அவனை
   அடுத்தவன் கூறுவான் புறம்

7. சுற்றத்தில் நட்பில் சூட்சுமமாய் புறங்கூறி
   உறவில்லாமல் செய்வது எதற்கு

8. நெருங்கியவரின் குற்றத்தை புறம்பேசி தூற்றுபவர்
   அயலாரிடத்து என்ன செய்வாரோ

9. அறங்கூறி வாழ்வோரை சுமக்கும் நிலமே
   புறங்கூறி வாழ்வோரையும் சுமக்கும்

10. ஊரார் குற்றத்தை உரைப்போர் தம்மின்
    குற்றம் உணர்தல் தலை

## 20. பயனில சொல்லாமை

1. பயனற்ற வார்த்தைகள் பலரிடம் பேசிட
   எல்லோராலும் இகழ படுவான்

2. நட்புக்கு கேடாய் அமையும் சபையில்
   பயனில்லா சொல்லின் பலன்

3. அறமில்லாதவனென்று அறிவிக்கும் அவனது விரிவான
   பயனில்லா சொல் சபையில்

4. பயனற்ற பண்பற்ற பயனில்லா சொற்கள்
   நீதியின் பக்கம் நெருங்காது

5. பயனில்லாத சொற்களை பண்புடையவர் சொன்னால்
   அவர்க்குரிய மதிப்போடு நீங்கிவிடும்.

6. நெல்போல் தோன்றும் பதர் அதுபோல்
   தோன்றும் பயனில்லா சொல்

7. நீதியற்ற சொற்களை சொன்னாலும் சொல்லலாம்
   பயனில்லா சொல்லை சொல்லாமல்

8. அரும்பயனை ஆராய்வோர் அறிவுடையோர் பெரும்பயன்
   இல்லாத சொற்களை

9. மாசற்ற சான்றோர் மறந்தும் பயனில்லாத
   சொல்லை பகர்வது இல்லை

10. சொல்லுக நற்சொல் சொல்ல வேண்டாம்
    பயனில்லாத பல சொல்லை

## 21. தீவினையச்சம்

1. தீயனவை செய்வார் தீயவர் அவறின்றி
   ஆன்றோர்களால் ஆகாது தீயவை

2. தீயனவை தீயினும் கொடிது அதனால்
   தீயவை செய்வதை நிறுத்து

3. தீமை செய்தோரை திருத்தி தீமையிலிருந்து
   காப்பதே அறத்தோர் அழகு

4. தீயவையை தராதே மற்றோர்க்கு மறவாதே
   தீயவையுனக்கே திரும்பி வரும்

5. வறுமைக்கு மருந்தாய் தீமை செய்யாதே
   அதனால் வறுமையே சேரும்

6. தீவினைகளை விரும்பாதவன் பிறருக்கு எப்போதும்
   தீவினைகள் செய்ய விடுத்து

7. பகையும் நட்பாகும் பழிதீரும் தீராது
   தீயவையால் வந்த தீமைகள்

8. நிழலாய் தொடரும் தீதும் நன்றும்
   விலகாது விட்டு எதுவும்

9. எறும்பளவு இருந்தாலும் அன்பாய் இருக்க
   தீங்கு செய்யாதே அவனுக்கும்

10. வழிமாறி வாழ்க்கை போனாலும் தீயவை
    மறுப்பவன் தெளிவாய் வாழ்வான்

## 22. ஒப்புரவறிதல்

1.  இயற்கை எதையும் எதிர்பார்த்து தருவதில்லை
    கொடுப்பாரும் இயற்கை போன்று

2.  உழைத்து சம்பாதித்து உலகுக்கு கொடுத்தல்
    உழைக்க முடியாத யாவருக்கும்

3.  ஏழுலகிலும் காணாது உதவுவது என்பதை
    உழைக்க முடியாத உயிருக்கு

4.  உழைக்க முடியாதவனுக்கு உதவுபவர் வாழ்ந்தவனாவான்
    மற்றவர் இறந்தவரில் ஒருவர்

5.  உதவுபவர் எல்லாம் ஊற்றெடுக்கும் ஏரிகள் போல்
    பொதுவாய் கிடந்து போற்றுவார்

6.  உதவுபவனிடம் ஊறும் செல்வம் ஊரின்
    நடுவே பழுத்த மரம்

7.  உதவுவார்கள் எல்லாம் வாழ்வது ஊரின்
    மறுந்து செடியாய் வளர்ந்து

8.  வருமையிலும் தளரார் வாரி கொடுப்பார்
    உதவும் உள்ளம் கொண்டவர்

9.  உதவிடும் உள்ளத்தார் வருந்துவார் உண்மையில்
    உதவ முடியாத வறுமையில்

10. இழந்தாலும் உதவுவார் இரந்தும் உதவுவார்
    உதவும் உள்ளம் கொண்டவர்

## 23. ஈகை

1.  வறியவருக்கு கொடுப்பதே தர்மம் அன்றி
    மற்றதெல்லாம் ஏதோ எதிர்பார்த்து

2.  கொடையாய் பெறுவதே இழுக்கு இருந்தாலும்
    கொடுத்து வாழ்வது சிறப்பே

3.  இல்லாததை இல்லாதவன் சொல்லுமுன் உன்னிடம்
    இருப்பதை கொடுப்பதே தர்மம்

4.  இரந்து பெற்றவர் இன்புறுமுன் அவருக்காக
    இரக்கபடுவதும் துன்பமாகவே தோன்றும்

5.  பசித்திருந்து தவமேற்றி பலனில்லை பலனுண்டு
    பசியால் வருபவருக்கு பறிமாற

6.  பசிநோய்க்கு மருந்தில்லை பசியார கொடுப்போருக்கு
    சேர்த்து வைக்கும் இடமதுவே

7.  பகிர்ந்துண்டு வாழ்வார் பசியறியார் அவர்
    பசிநோய் பார்த்தல் அரிது

8.  பிறர்நோய் அறியான் சிறிதும் இடமாட்டான்
    ஈகையின் இன்பம் புரியாதவர்

9.  கொடுத்தால் குறையும் என்று கொடுக்காமலே
    தின்பதும் இரந்து உண்பவரே

10. இறப்பதே துன்பம் அதனினும் துன்பம்
    இல்லை என்றே சொல்லல்

## 24. புகழ்

1. வாழ்தலில் கொடையும் புகழோடு வாழ்வதே
   அதுவன்றி இருப்பது எதற்கு
2. புகழென புகழ்ந்து போற்றுதல் போற்றுவது
   கொடைக்கே கிடைக்கும் புகழ்
3. எதுவரினும் போகாது என்றுமே அழியாது
   புகழ் மட்டுமே பெற்றுவிட
4. நீண்டபுகழும் நெடுங்காலம் நிற்குமாயின்
   தேவர்களும் வணங்குவர் வாழ்த்தி
5. இறந்த பின்னும் வாழ்வோர் எல்லாம்
   வாழ்வது புகழால் மட்டுமே
6. பிறந்திட புகழோடு பிறக்கவேண்டும் அல்லது
   பிறக்காமல் இருப்பதே நல்லது
7. இகழ்ந்தாரை இகழுவார் இவரின் செயலில்
   புகழில்லாமல் போன பின்பு
8. புகழெனும் செல்வத்தை பெறாது போனால்
   வாழ்க்கைக்கே வந்த பழியாகும்
9. புகழில்லா உடம்பை சுமந்த பூமி
   விளைவில்லாத நிலமாகக் கருதப்படும்
10. பழிகொண்டு புகழில்லா வாழ்க்கை இங்கு
    வாழ்ந்துமென்ன வாழாதும் என்ன

## 25. அருளுடைமை

1. அருட்செல்வம் செல்வத்துள் செல்வம் பொருட்செல்வம்
   இழிந்த மனிதரிடமும் உண்டு

2. ஆராய்ந்து கண்டாலும் அருளுடைமையே வாழ்க்கைக்குத்
   நமக்குத் துணையாகும் நல்வழி

3. அறியாமை துன்பத்தில் விழுந்தோர் இருளோடு
   வாழ்வர் அருளுடையவர்களுக்கு அதுயில்லை

4. எவ்வுயிர்க்கும் கருணை செய்யும் அருளுள்ளோர்
   அஞ்சமாட்டார்கள் அவர்களின் உயிருக்கு

5. அல்லல் மறையும் அருளோடு வாழ
   அருளன்றி துன்பம் வரும்

6. அருள் மறந்தோர் அறம் மறந்தோராவார்
   பொருளிழந்து போவார் தனியே

7. பொருளில்லாரை போற்றார் பூமியில் அருளில்லாரை
   ஆண்டவனும் வேண்டுவது இல்லை

8. வறியவனுக்கு பொருள் வரலாம் அருளில்
   வறியவனுக்கு ஏது வாழ்வு

9. அறிவிலிகள் அறியாதார் பொருளை அதுபோல்
   அருளில்லாதார் அறியார் அறம்

10. அருளில்லா வலியவன் கொல்வான் அருளோன்
    கொல்லான் அறம் தவறி

## 26. புலால் மறுத்தல்

1. ஊன் வளர்க்க ஊனையே உண்பார்
   அருளென்பது அவருக்கு உண்டோ

2. போற்றா பொருளும் பொய்யாகி போகும்
   அருளேது ஊன் உண்ண

3. உடல்களை கொல்பவன் உள்ளமாய் ஆகும்
   ஊன் உண்ணும் உயிருக்கு

4. இரக்கமே இல்லாமல் போகும் உயிர்
   கொன்று உண்ணும் நிலையில்

5. ஊன் உண்ண மறுக்க உயிர் வாழும்
   உணவாகும் உயிர் எல்லாம்

6. கொல்லா உயிர்களை தின்றோர் இல்லாதிருக்க
   விற்போர் ஏது விலைக்கு

7. ஊனெனும் உடம்புக்கு ஊன் உணவென்பது
   உயிர் கொல்லல் பெருகும்

8. உண்ணார் உயிரற்ற ஊனை மதியுள்ளோர்
   மற்றவர் உண்ணுவது இழுக்காம்

9. வேதமும் வேள்வியும் தோற்குமே ஊன்
   உண்ணாதது ஆகுமே சிறப்பு

10. உயிரை கொல்லானும் ஊன் தின்னாதவனும்
    உயிரும் ஊரும் போற்றும்

## 27. தவம்

1.  துன்பம் பொறுத்தும் பிறர் துன்பம்
    அறுப்பதே ஆகும் தவமாய்

2.  அடக்கமும் பொறுமையும் அடங்கியே இருப்போருக்கு
    தவமும் கூடும் தவமாகவே

3.  துறவுருவோரும் துறந்தோரின் பசி தீர்க்க
    இல்லற தவம் அதுவாகும்

4.  நல்லொழுக்கம் நடத்தி தீயொழுக்கம் அடக்கி
    தவத்தால் ஆகுமே அவையும்

5.  ஆக்கலும் அழித்தலும் அதனால் ஆவதால்
    வேண்டி விரும்புவார் தவம்

6.  கடமையே கருத்துருவார் தவத்தினர் ஆவார்
    மற்றோர் ஆசையில் அழிவோர்

7.  மெய்வருத்தி மேற்கொண்ட தவமே மின்னுமே
    புடம் போட்ட பொன்னாய்

8.  எனது எனதென்றே என்றுமே சொல்லாதான்
    கைதொழுமே எல்லா உயிரும்

9.  இறப்பும் இறக்கும் துன்பம் தொலையும்
    தவத்தின் வலிமை உணர்

10. பொறுத்தார் சிலரே ஆகினர் அதனால்
    தவத்தினர் சிறிதே ஆகினர்

## 28. கூடாஒழுக்கம்

1. வஞ்சகங்கலந்த வாழ்வை நோக்குவோரை கண்டால்
   அஞ்சுமே ஐந்து பூதங்களும்

2. குற்றமென தெரிந்தும் செய்பவரின் துறவுகோலத்தால்
   எந்தப் பயனும் இல்லை

3. மனதை அடக்காதான் துறவு புலித்தோலை
   போர்த்தி பசு மேய்ந்ததுபோல்

4. தவக்கோலத்தில் மறைந்து தீமையை செய்வது
   வேடன் புதருகுப்பின் மறைவதுப்போல

5. பற்றில்லையென்றே பகர்ந்து பற்றினால் தீமையை
   சேருமே பாவம் ஜென்மத்திற்கும்

6. இறக்கமின்றி இருப்பார் இருப்பதாய் நடிப்பார்
   துறவியின் வேடத்தில் துயில்வார்

7. குன்றின்மணி கோலங் கொள்வார் சிவந்த
   மணியில் கருப்பு முகம்

8. நீராடியே நீக்குவதுபோல் மறைப்பர் மாண்புடையயோரென
   மனத்தில் மாசுடையோர் பலர்

9. அம்பாய் யாழாய் நேராய் வளைந்தாலும்
   நல்ல கொம்பாய் வாழ்

10. தீயொழுக்கம் இல்லாவிடில் வேண்டாம் மழித்தலும்
    முடிவளர்த்தலுமென புறக்கோலங்கள் வேண்டாம்

## 29. கள்ளாமை

1. ஆசைபடாதோர் அடுத்தவர் பொருளுக்கு அவரே
   கள்வன் என இகழாமல்

2. களவு கொள்வதற்கு நெஞ்சிலே நினைத்தாலும்
   ஆகுமே அதுவும் குற்றமாய்

3. இருப்பதையும் எடுத்து கொண்டு போகும்
   களவினால் சேர்த்த பொருள்

4. களவும் கைகூட செல்வம் பெருக்கியோர்
   பெருவாரே துன்பம் பெரிதாய்

5. மறைந்து களவாடி மகிழ்வோருக்கு மற்றவரின்
   அன்பும் அறமும் இருக்காது

6. அளவிள்ளா ஆசைப்பட்டு ஆடம்பர வாழ்வின்
   அளவு அறியாதவரே கள்வராவார்

7. அளவறிந்து அளவாய் வாழ்வார் ஆசையில்
   களவு செய்யார் கணமும்

8. அளவரிவோன் நெஞ்சில் அறம் வாழும்
   கள்வனின் மனதில் கள்ளமே

9. களவே தொழிலாய் கண்டோர் எளிதில்
   அழிவார் எல்லாம் இழந்து

10. கள்வரை விரும்பாது அவருயிரும் ஏழுலகில்
    இடமுண்டாகும களவு செய்யாதோருக்கு

## 30. வாய்மை

1. தீங்கில்லா பேச்சும் காயப்படுத்தாத வார்த்தையும்
   சொல்வதுதான் வாய்மை எனப்படும்
2. பொய்யும் வெல்லும் பொது சபையில்
   நன்மையாய் நடக்கும் எனில்
3. மனமே வருந்தும் பொய்கள் வாழ்வில்
   நினைப்பே கொல்லும் உன்னை
4. பொய்யே உறைக்காமல் உழலுவார் உலகில்
   வாழ்வார் மனதில் எல்லாம்
5. நெஞ்சறிய நிஜமாக பேசு உயர்வாய்
   தவமுனிவனுக்கு நிகராய் நின்று
6. பொய்யில்லா வாழ்வு புகழ் சேர்க்கும்
   புண்ணியமும் சேர்ந்தே வரும்
7. தானமும் தருமமும் வேண்டாம் பொய்யற்ற
   வாழ்வே புகழை தரும்
8. நீரால் விலகும் உடலின் தூய்மை
   வாய்மையே மனத்தின் தூய்மை
9. விளக்கென படுவது எரியும் விளக்கல்ல
   வாய்மையின் விளக்கமே விளக்கு
10. வாய்மையின் பெரிது வேறில்லை அதுவே
    வாழ்வின் என்றுமே பெரிது

## 31. வெகுளாமை

1. பலிக்குமிடத்தில் கோபத்தை காக்கவேண்டும் பலிக்காதயிடத்தில்
   காத்தால்யென்ன காக்காவிட்டால் என்ன

2. வலியயிடத்தின் கோபம் செல்லாது அதனால்
   எளிய இடத்தில் தவிர்க்க

3. சினம் கொள்ளாதே எங்கும் சினமே
   கொல்லும் சிறுமை ஆக்கி

4. மகிழ்ச்சியும் சிரிப்பையும் கொல்லும் சினத்தைவிட
   பகையானவை வேறு உள்ளனவோ

5. தன்னை காக்க சினம் காக்கவேண்டும் இல்லையேல்
   சினம், அவனை அழித்துவிடும்

6. தன்னையும் தன் சுற்றத்தையும் எரித்து
   பிரித்து கொல்லும் கோபம்

7. அறைந்தான் நிலத்தை அதனால் வலிக்கும்
   அதுபோல் வலிக்கும் சினம்

8. ஓய்வின்றி உபத்திரவம் கொடுத்தலும் அவனை
   கொள்ளாதே சினம் அகத்தே

9. உள்ளத்துள் கோபம் கொள்ள எண்ணாதவன்
   எல்லாம் பொருளும்அடைவான்.

10. பெருங்கோபம் பெற்றோர் பிணம்போலாவர் கோபத்தை
    விட்டவர் சாவைத் தவிர்த்தவர்

## 32. இன்னாசெய்யாமை

1. சிறப்பினும் சிறப்பான செல்வம் வந்தாலும்
   பிறருக்கு துன்பம் செய்யாதே

2. கொல்லவே வந்தாலுமுன்னை கொடியவருக்கு துன்பமே
   தராதவர் மனிதரில் சிறப்பு

3. தீமையே உனக்கே செய்தாலும் அவருக்கு
   தீமையை திரும்பி செய்யாதே

4. நல்லதே செய்வோம் நமக்கு தீமை
   செய்வோர்க்கும் தலை குனியும்படி

5. பிறரின் துன்பமும் நம்முடையதாய் காணதவர்
   அறிவைப் பெற்றதால் பயனென்ன

6. உணர்ந்த  துன்பம் ஊருக்கு தராமல்
   தன்னோடு நிறுத்த நலம்

7. எப்போதும் எவ்வளவும் தீமையை பிறருக்கு
   நினையாத மனமே சிறப்பு

8. தனக்கென துன்பத்தை உணர்ந்து அதையே
   பிறருக்கு தருவதோ பெருமை

9. முற்பகலில் துன்பம் பிறருக்கு செய்தால்
   பிற்பகலில் தாமாக வந்துச்சேரும்.

10. துன்பமோ துயரமோ சேராதுனக்கு மற்றவருக்கு
    துன்பம் நினையாத நிலையில்

## 33. கொல்லாமை

1.  உயிரெதையும் கொல்லாதான் வாழ்க்கை அறமாய்
    சிறக்கும் அன்பால் பெருகும்

2.  இருப்பதை பிரித்து எல்லோருமாய் உண்பதும்
    பெரியோர் அறத்தினும் பெரிது

3.  கொல்வது விலக்கி நல்லது கேட்க
    பொய்யற்ற வாழ்வே புகழ்

4.  நல்வழி நல்வாழ்வு நமக்கென இருப்பது
    கொல்லாமல் உயிர் காத்து

5.  துறந்தவர் துறந்தார் வாழ்வை அதனினும்
    சிறந்தது கொல்லாத குணமே

6.  கொல்லாதான் எவ்வுயிரும் கொள்வான் அவரவர்
    இறப்பும் வெல்வார் இனிதே

7.  உன்னுயிருக்காக உயிர் காக்க உதவுமாயினும்
    எவ்வுயிரும் கொல்லாதே எப்போதும்

8.  கொலையால் கூடுமே செல்வமும் சிறப்பும்
    அச்சிறப்பு வேண்டார் சிறந்தோர்

9.  கொலை தொழிலாய் கொண்டோர் கொண்டார்
    இழிதொழில் என்றே பெயர்

10. நோயோடு வறுமையும் வாட்டும் அவரெல்லாம்
    உயிர்களை கொன்றவர் முன்னாள்.

## 34. நிலையில்லாமை

1. நிலையற்ற வாழ்வில் நிலையென்று செல்வத்தை
   நினைப்பவர்  அறமே அறியாதவர்

2. கூடுமே கூட்டம் கூத்துக்கு அதுபோல்
   சேர்ந்தும் கலையும் செல்வம்

3. நிலையில்லா செல்வம்  நீண்டு பெருகும்
   அப்போதே செய்ய அறம்

4. நிலையில்லா வாழ்வை  அளவிட நாளானது
   வாளாகும் ஆயுளை அறுத்து

5. நெஞ்சடைக்க போகும் நிலையில்லா வாழ்வதனை
   மிஞ்சியே செய்திடு அறம்

6. நேற்று இருப்போர் இன்றில்லை என்று
   நிலையற்ற வாழ்வை நினை

7. கனவென காண்பார் கற்பனையில் வாழ்வார்
   நிலையில்லா வாழ்வை நினைத்து

8. பறவையாய் பறக்கும் உயிர் நிலையற்ற
   கூட்டில் வைத்த முட்டையாய்

9. உறக்கமே இறந்ததுபோல் இருக்குமே நிலையற்று
   விழிக்க பிறந்தது  போல்

10. நோயென கொள்வார் நொடிந்து போவார்
    நிலையில்லா உயிர் நிற்க

## 35. துறவரம்

1.  துறப்பது துறக்க வேண்டும் பற்றில்லா
    வாழ்வில் துன்பம் ஏது

2.  அழியும் பொருளின் பற்றை அறவே
    துறக்க பெருகும் இன்பம்

3.  ஐம்பலனும் அடக்கி அடங்கியே வாழ்ந்தால்
    அடங்குமே துறவும் அறமாய்

4.  பற்றை பற்றிகொள்ள பற்றாகும் அதுவன்றி
    துறவும் தூர போகும்

5.  பிறந்த வாழ்வில் உடம்பே சுமையாய்
    ஆசைகள் அதிலும் சுமையாய்

6.  நான் என்னும் ஆசையை அகந்தையை
    அழிக்க வானுலகும் வாழ்த்தும்

7.  அகந்தை ஆணவம் அழியாமல் காப்போர்க்கு
    துன்பம் வருமே துணை

8.  எல்லாமாய் துறந்தார் எட்டுவார் உயர்நிலை
    துறக்காதோர் மாயத்தில் விழுந்து

9.  பற்றை பற்றாதோர் பற்றுவதில்லை துன்பம்
    மற்றவர் பிறந்து நிலையயற்று

10. பற்றுக பற்றில்லாதவனை பற்றோடு பற்ற
    பற்றுகள் மறையும் மனதில்

## 36. மெய்யுணர்வு

1. பொருள் எல்லாமே பொருளல்ல மெய்ப்பொருள்
   உணர்வார் மேன்மை உடையோர்

2. மாசற்று மயக்கமற்று மனமறியும் மெய்யுணர்வை
   இன்பத்துள் வாழ்வார் இனிதாய்

3. ஐயமின்றி அடைவார் மெய்யுணர்ந்து கொள்வார்
   அடைவார் அவ்வுலகம் அருகில்

4. ஐம்புலனை அடக்கியும் அறியாதவர் மெய்யுணர்வை
   ஏதும் பலனில்லை என்றே

5. மெய்யுணர்வில் மேன்மை வேண்ட எப்பொருளையும்
   உள்ளிறங்கி உண்மையை காண்க

6. மெய்யுணர்ந்து பெற்றார் பெரியோர் வழியில்
   பிறவாதார் மீண்டும் பூமியில்

7. உள்ளம் உணருவார் மெய்ப்பொருள் மேன்மையே
   மறுபிறவி இல்லை மண்ணில்

8. பிறவியெனும் துன்பம் நீக்கி பிறவாமை
   பெறுவதே மெய்யுணர்வு காண்பது

9. எப்பொருளில் எத்துன்பம் வருமோ அப்பொருளை
   அடையாமல் ஏது துன்பம்

10. ஆசை கோபம் மயக்கம் அடைந்தவன்
    மெய்யுணர்வு காண்பது அரிது

## 37. அவா அறுத்தல்

1. ஆசையென்பது அனைத்து உயிருக்கும் விதையாய்
   விழுந்த பிறவி துன்பம்

2. வேண்டுவது வேண்டாம் பிறவாமையை விரும்பினால்
   ஆசையை அறுக்கும் அது

3. ஈடில்லா செல்வம் இருப்பது எதுவென்றால்
   எந்தப்பொருளையும் விரும்பாமல் இருப்பது

4. அகமும் புறமும் அழாகாய் தூய்மையாகும்
   ஆசைகளை அடக்கி ஆள

5. ஆசையறுத்து விட்டவரே துறவியாவார் மற்றவர்
   துறவிபோல். வேடம் இட்டவராவார்

6. அஞ்சுவார் அறம் காக்க அவரேயாவார்
   ஆசை விடுவார் அன்றே

7. ஆசையை அறுத்தொழிக்க அதுவாய் தோன்றும்
   இன்ப வாழ்க்கை இனியதாய்

8. அளவற்ற துன்பமும் மகிழ்ச்சியும் பறிபோகும்
   அளவில்லா ஆசை கொள்ள

9. ஆசைத்துன்பம் கொள்ள ஆளுமே உன்னை
   இன்பம் நிலை மறந்து

10. எங்கும் நிறையாது எதிலும் நிறையாது
    இன்பம் தொலையும் ஆசையால்

## 38. ஊழ்வினை

1.  விதியால் விளைவது மண்ணும் பொன்னாகும்
    அதுவே மண்ணும் ஆகும்

2.  மதிமயக்கி மடையராக்கும் விதியால் மடையரை
    அறிவாளி ஆக்கும் அதுவே

3.  எல்லாம் கற்றே வல்லவரானாலும் விதியால்
    விதித்த மதியே விளங்கும்

4.  மதியிலார் செல்வம் படைத்து மதியுடையோர்
    செல்வம் இல்லாதது விதியே

5.  தீதும் நன்றாய் மாறும் நன்றும்
    விதியால் தீதாய் மாறும்

6.  கைப்பொருள காணாமல் போகும் விதியிருந்தால்
    தானாக சேரும் செல்வம்

7.  முடிகொண்ட மன்னனும் முடியாது அனுபவிக்க
    அவன் விதித்தது அதுவானால்

8.  வறியவராய் வாழ்ந்து நொடிந்து துறவரமாய்
    போவதும் விதியன்றி வேறேது

9.  வென்றதும் மகிழ்ந்து விதியென புகழ்ந்து
    தோற்றால் கலங்குவது எதற்கு

10. வெல்லலாம் நினைத்து வேறு வழிதேட
    அதுவும் விதியென்றே அறி

## 39. இறைமாட்சி

1. அரணுடன் மக்களும் படையுடன் வளமும்
   அமைச்சும் நட்பும் அரசாகும்

2. அறிவோடு அஞ்சாமை ஊக்கமும் கொடுப்பதும்
   ஆக்கமாய் ஆகும் அரசனுக்கே

3. துணிவோடு கல்வியும் தூங்காத மூன்றும்
   மன்னனுக்கு மாண்பு தரும்

4. அறமும் நெறியும் வீரமும் மானமும்
   அடங்குமே அதுவே அரசாம்

5. வருமானம் பெறுக்கலும் வறுமை ஒழித்தலும்
   அறமே ஆகும் அரசனுக்கு

6. எளிமையும் எதிலும் பொறுமையும் இன்சொல்லும்
   வலிமை அடையும் அரசு

7. இனிய சொல்லோடும் ஈகை குணத்தோடும்
   இயங்கும் அரசு வல்லமையாய்

8. நீதி தவறாது நெடுந்துயர் தீர்க்கும்
   அரசை கடவுளாய் காண்பர்

9. கொடிய சொல்லும் குற்றமும் கூறினாலும்
   இன்முக அரசே இனிது

10. கொடையோடு குடை சாயாது செங்கோலும்
    சிறக்கும் அரசே சிறப்பு

## 40. கல்வி

1. கற்க புரியும்வரை கற்றபிறகு அதன்படி
   நடக்க வேண்டும் கற்றபடி

2. எண்ணும் எழுத்தும் கண்ணாய் விள்ங்கும்
   அறிவாய் அமையும் அதுவே

3. கற்றவரே அறிவு கண்ணுடையவர் மற்றவர்
   கண்ணிருந்தும் புண் உடையவரே

4. சேர்ந்து பழகி நேரம் செலவழித்து
   கலங்குவார் கற்றோர் பிரியும்போது

5. வறியவர் நிற்பார் செல்வந்தரிடம் கல்லாதோர்
   நிற்பார் கைகட்டி கற்றோரிடம்

6. தோண்டத் தோண்ட ஊற்றுநீர் கிடைப்பதுபோல்
   படிக்க ஊறும் அறிவு

7. உலகமே சொந்தமாகும் கற்றோருக்கு சிறப்பாகும்
   இருந்தும் கல்லாதோர் ஏனோ

8. இப்பிறவி கல்வி இன்றோடு நிற்காது
   எழு பிறப்புக்கும் இருக்கும்

9. கற்றவர் மற்றவரும் கற்க இன்புறுவார்
   இன்னும் கற்க ஏங்குவார்

10. கல்வியே அழிவில்லாத சிறந்த செல்வம்
    பிறவெல்லாம் செல்வமே அல்ல

## 41. கல்லாமை

1. அரங்கின்றி அரங்கேற்றம் ஆவதுபோலாகும்
   கல்வி கல்லாதவரின் கருத்து

2. முன்னழகு இல்லாத பெண்ணை கவருதல்
   போலாகுமே கல்லாதவர் கருத்து

3. கற்றோர் சபையில் கல்லாதவர் நாவில்லதவராக
   நின்றால் கற்றவர் ஆவார்

4. கல்லாதார் சொல் சபையேறாது கற்றவரினும்
   சொல் பெரிதாய் இருந்தும்

5. படிக்காத மேதைகள் பகட்டு செய்வார்
   பறிபோகும் படித்தவர் முன்

6. கல்லார் களர்நிலமாய் உள்ளார் ஒருவருக்கும்
   உதவியாய் இல்லார் உலகில்

7. அங்கங்கள் அழகாகும் ஆனாலும் கல்லாதார்
   நிலையாய் நிற்கும் சிலையாய்

8. வறுமையினும் கொடியது செல்வம் நிறைந்தே
   கல்லாரிடம்காணும் போது

9. எக்குடி பிறந்தாலும் கல்லாதார் கீழ்க்குடியெனவே
   ஆகுமே மேல்குடியும் கல்வியால்

10. விலங்கோடு சேருவார் மனிதரில் மாறுபட்டு
    கல்லாதார் இனம் கண்டோர்

## 42. கேள்வி

1. கேள்வி ஞானமே ஞாலத்தில் சிறந்தது
   கற்றலினும் காதால் கேட்டல்
2. செவிக்கு உணவாகிய கேள்வி கிடைக்காதபோது
   வயிற்றுக்கும் சிறிது இடப்படும்.
3. செவிவுணவாம் கேள்வி ஞானத்தை சிறந்து
   பெற்றோர் அமிர்தம் உண்பதுபோலாம்
4. கல்லாது போனாலும் கற்றோரிடம் கேட்பது
   ஊன்றுகோலாய் உதவும் உனக்கு
5. கற்றோர் சொல்லை கேட்பதும் வாழ்க்கையில்
   கழனியில் கோலோடு நடப்பதாம்
6. எவ்வளவு சிறிதே ஆயினும் நல்லவற்றைக்கேட்க
   நிறைந்த பெருமையைத் தரும்
7. கேட்டலில் ஞானம் பெற்றோர் கேடுசொல்லார்
   அறிந்த பொருள் தவறேயாகினும்
8. கேள்வி ஞானத்தை கேளாதோர் செவியிருந்தும்
   செவிட்டு செவிகளே ஆகும்
9. கேட்டறிவே இல்லாதோர் பண்பான பேச்சறிவும்
   இல்லாதோர் ஆவார் இவ்வுலகில்
10. செவிச்சுவை உணராது வாய்சுவையை உணர்வோர்
    இருந்தும் இறந்தோர் ஆவார்

## 43. அறிவுடமை

1. அறிவென்பது ஆக்கும் காக்கும் யாராலும்
   அழிப்பது என்பது ஆகாது

2. நல்லதும் தீயதும் நமக்கு அறிவதே
   அறிவென்பதை அறிந்து கொள்

3. எப்பொருளை யாரிடம் கேட்டாலும் அப்பொருளின்
   உண்மை பொருளறிவது அறிவு

4. அறியவை சொல்லுவதும் அறியவைகேட்பதும்
   நுண்ணியமாய் உணர்வது அறிவு

5. உலகத்தில் உயர்ந்தோரை நட்பாக்கி இன்பம்
   துன்பம் பகுத்தறிவதே அறிவு

6. உலகோடு உறவாடி உயர்ந்து வாழ்வதே
   உயரிய அறிவின் உயர்வு

7. அறிவார் அறிவுடையோர் ஆவதின் பின்விளைவை
   அறியார் அறிவு இல்லாதோர்

8. அஞ்சுவார் வேண்டுவெதற்கு அஞ்சார் வேண்டாமைக்கு
   அறிவிலார் இரண்டும் இலார்

9. வருமுன் அறிந்து காக்கும் திறனுடையவருக்கு
   அதிர்ச்சி துன்பம் ஏற்படாது

10. இல்லாதும் இருப்போர் அறிவுடையோர் இருந்தும்
    இல்லாதோர் அறிவு இல்லாதவர்

## 44. குற்றங்கடிதல்

1. ஆணவம் கோபம் அடங்கா காமம்
   இல்லாதார் வாழ்க்கை இன்பம்

2. தானமும் கொடுக்காத மானமும் காக்காத
   குற்றமே ஆகும் தலைவனுக்கு

3. திணை அளவு குற்றத்தை பனை அளவாய்
   நினைத்து நாணுவார் நல்லோர்

4. குற்றமே அழிக்கும் பகையாய் பற்றிகொள்ளும்
   அதனால் செய்யாதே குற்றம்

5. குற்றம் வருமுன் காவாதோர் வாழ்க்கை
   நெருப்பின் முன் வைக்கோலாய்

6. தன்குற்றம் நீக்கியபின் மற்றவரின் குற்றம்
   காணுதல் அழகாகும் அரசுக்கு

7. செய்யவேண்டிய நன்மைகளை செய்யாமல் பொருள்
   சேர்த்தால் நாசமாய் போகும்

8. கொடுக்காமல் பொருள் சேர்த்தல் குற்றத்தில்
   தனித்த குற்றம் ஆகும்

9. தற்பெருமை தலை தூக்க நற்பெருமை
   நாசாமாகும் குற்றமாய் அது

10. எண்ணிய எண்ணத்தையெவரும் அறியாமல் போனால்
    பகைவரின் எண்ணம் பலிக்காது

## 45. பெரியோர் துணைக்கோடல்

1. அறம் அறிந்த அறிஞர் துணைவேண்ட
   திறமையானவரை தேடி கொளல்

2. துன்பம் நீங்கி பின்வரும் துன்பம்
   காத்திட பெரியோரை துணைக்கொள்

3. பேறுக்கெல்லாம் பெரிய பேறாம் பெரியோரை
   துணையாக்கி சுற்றமாக்கி கொள்வது

4. அறிவோடும் ஆற்றலோடும் வழிநடக்க பெரியோர்
   துணையே பேரின்பம் தரும்

5. கண்போல காத்து காத்திடுவார் பெரியோர்
   அவரின் துணையே அரசுக்கு

6. தகுதியான வல்லோனை துணையாய் போற்ற
   எதிரிகள் தோற்பார் எளிதில்

7. இடித்து உறைக்கும் பெரியோரை துணையாக்க
   கெடுக்க நினைப்போர் கெடுவார்

8. இடித்து உறைக்கும் பெரியோரை கேளாதான்
   கெடுப்பாரின்றியும் கெடுவான் மன்னன்

9. முதலீடன்றி வருமானமில்லை பெரியோர் துணையின்றி
   பெரிய வாழ்வு இல்லை

10. பெரியோர் துணையை பேணி காக்காதவன்
    பெறுவார் துன்பம் எளிதில்

## 46. சிற்றினம்சேராமை

1. சிற்றினத்தோடு சேரமாட்டார் பெரியோர்கள் சிற்றினத்தோரோ
   உறவாகவே கலந்து விடுவர்
2. நிலத்தின் இயல்பால் நீருமாகும் மனிதரும்
   சேர்பவரின் இயல்பாகவே ஆகிவிடும்
3. பிறப்பறிவு மனத்தால் ஏற்படும் சேர்க்கையால்
   ஏற்படுவது உயர்வும் தாழ்வும்
4. மனத்தறிவே ஆனாலும் இனத்தால் ஏற்படும்
   அறிவே எங்கும் தெரியும்
5. மனத்தின் தூய்மை செயலின் தூய்மை
   இனத்தின் தூய்மையை பொறுத்தே
6. மனத்தின் தூய்மையால் புகழும் பெறுகும்
   இனத்ததூய்மை எல்லாம் பெறுகும்
7. மனநலம் தருமே செல்வம் எல்லாம்
   இனநலம் தருமே புகழ்
8. மனத்தின் வலிமை வாயந்தவருக்கே இனத்தின்
   வலிமையும் வந்து சேரும்
9. மனத்தின் நன்மையால் மறுபிறவி இன்பம்வரும்
   இனத்தின் நன்மையால் சிறப்புவரும்
10. நல்லினத்தைப்போல் துணையுமில்லை தீயினத்தைப்போல்
    துன்பம்தரக்கூடியதும் எதுவுமே இல்லை

## 47. தெரிந்து செயல்வகை

1.  ஆக்கமும் அழித்தலும் அதனால் விளைவும்
    வரவும் செலவும் கணக்கிட்டுச்செய்

2.  கற்றவரோடு சேர்ந்து கலந்திட செயல்கள்
    பாழின்றி பயன் ஆகும்

3.  பின் வரவை பெரிதாய் எண்ணி
    முதலையே இழக்கார் பெரியோர்

4.  மானத்துக்கு அஞ்சுவோர் தயங்குவார் களங்கமுள்ள
    காரியத்தில் இறங்க என்றும்

5.  திட்டமிட்டு செய்வது  தீர்வாகும் அதுயில்லாது
    எதிரியே வளர்வார் எங்கும்

6.  செய்யத்தகாத செயல்களைச் செய்வதனால் கெடுவான்
    செய்யத்தக்கதை செய்யாமலும் கெடுவான்

7.  சிந்தித்து செயலில் இறங்கு இறங்கியபின்
    சிந்திக்கலாம் என்பது தவறு

8.  வரைமுறை இல்லாத எச்செயலும் எத்தனை
    பேர் உழைத்தாலும் ஈடேறாது

9.  இயல்பறிந்து  எதுவும் செய் இல்லாவிட்டால்
    நன்மையும் தீமையில் முடியும்

10. தமக்கு பொருந்தாதை ஏற்காது இவ்வுலகம்
    இகழாததை  எண்ணி செய்

## 48. வலியறிதல்

1. செயலோடு எதிரியின் வலிமையும் தன்னோட
   வலிமையும் உணர்ந்து செய்

2. வலிமை செயலையும் வழிமுறையோடு செய்தால்
   முடியாததே எதுவும் இல்லை

3. வலிமை அறியாது வாய்த்ததை தொடங்கி
   வீணாகி போனவர் பலர்

4. மதியாது தன்வலிமை உணராது தன்னையே
   வியப்பவன் விரைவில் அழிவான்.

5. மயிர்த்தோகையை ஏற்றவும் அச்சு முறியுமே
   அதுவும் அதிகளவு வலிமையால்

6. அளவிடாமல் வலிமை அறியாதோர் அழிவார்
   நுனிகொம்பில் பயணம் போல்

7. அளவறிந்து கொடுக்காதான் வாழ்க்கை வளமிழந்து
   போகுமே வழியும் இன்றி

8. செலவின் வலிமை சிறிதானால் வரவு
   சிறிதானாலும் வாழ்க்கை சிறக்கும்

9. வரவறிந்து வாழாதோர் வாழ்க்கை இருப்பதுபோல்
   தோன்றி மறையும் என்றுணர்

10. அளவின்றி அள்ளிதர சீக்கிரம் கெடுமே
    செல்வத்தின் நிலைமை கெட்டு

## 49. காலமறிதல்

1. கோட்டானை வெல்லும் காகம் பகல் பொழுதில்
   பகைவெல்ல தேடு நேரத்தை

2. காலத்தே கருத்தாய் செய்யும் செயலோ
   கயிரோடு கட்டிவைத்த செல்வம்

3. வெற்றிக்கு கருவியே போதாது காலமும்
   நேரமும் கவனித்தே செய்

4. காலமும் இடமும் கைகூடினால் நினைத்த
   உலகமே கிடைக்கும் உனக்கு

5. உலகத்தை வெல்ல உறுதி கொண்டோர்
   காத்திருப்பார் காலத்தை பார்த்து

6. ஆற்றலார் காத்திருப்பர் காரியம் வெல்ல
   ஆடும் பின்னால் போவதுபோல்

7. பகைவரை வீழ்த்தவே பார்த்திருப்பார் காலமும்
   இடமும் அறிவுடையோர் செயல்

8. பகைவரை கண்டாலும் காணாது அவர்
   காலம் கடக்கும் வரை

9. காலம் இடமும் கனிந்து கிடைக்க
   செய்வன செய்து முடி

10. கொக்காய் காத்திருந்து கொள் காலம்
    வந்ததும் கவ்வி கொள்ளவே

## 50. இடனறிதல்

1. எச்செயலும் இடமறிந்து செய்க ; பகைவரை
   அற்பரென இகழவும் வேண்டாம்

2. வலிமையும் நிறைந்து வாய்ப்பும் கிடைத்தால்
   அரணோடு செய்ய வெல்லும்

3. இடமறிந்து செயலாற்ற வலிமை இல்லாதோரும்
   வலிமையோடு பெறுவர் வெற்றி

4. எதிரியும் எழுந்தோடுவார் ஏற்ற இடமறிந்து
   தாக்க வெற்றியை நினைக்காமல்

5. நீரில் வெல்லும் முதலை நிலத்தில் தோற்கும்
   எளிய உயிரும் எதிர்க்கும்

6. தேர் ஓடாது நீரில் அதுபோல்
   ஓடமும் ஓடாது தரையில்

7. இடமறிந்து செய்யினும் எத்துணையும் வேண்டாம்
   மனத்தின் துணையே போதும்

8. சிறு படையும் வெல்லும் தக்கயிடத்திலிருக்க
   பெரிய படையும் தோற்க்கும்

9. அரணின்றி படையின்றியும் இருந்தாலும் பகைவரின்
   இடத்தில் தாக்குவது சரியன்று

10. போர் வீரரையும் வீழ்த்தும் யானை கால்
    சேற்றிலேமாட்ட நரியும் கொல்லும்

## 51. தெரிந்து தெளிதல்

1. அறத்தையும் பொருளையும் இன்பத்தோடு உயிருக்காக
   அஞ்சுவோனை ஆராய்ந்து எடு

2. நல்குடி பிறந்தோர் நாணுவார் குற்றத்திற்கு
   நாணுவோரை நாடி தேடு

3. கற்றவர் எக்குறையும் அற்றவர் ஆயினும்
   அறியாமையும் இருக்கும் அவரிடமும்

4. குணத்தையும் குற்றத்தையும் இரண்டையும் ஆராய்ந்து
   மிகுதியானதை கொள்வது நன்று

5. செயலாலும் செய்யாததாலும் அறிவார் குணங்களின்
   குறையும் நிறையும் உணர்ந்து

6. பற்றில்லாத பந்தமும் உறவில்லாத ஒருவர்
   எதையும் செய்வாரே என்றுணர்

7. அன்புடையோர் ஆயினும் அறிந்து தெளியாதோர்
   பதவியில் பயன் தராது

8. ஆராய்ந்து அறியாமல் அரியணை கொடுக்க
   தலைமுறைக்கும் தீராது துன்பம்

9. ஆராயாமல் அமர்த்த வேண்டாம் அமர்த்தியபின்
   ஆராயாதே அவர் செயலை

10. ஆராயமல் அமர்த்தியும் அமர்ந்தபின் ஐயமும்
    தீராத துன்பம் தரும்

## 52. தெரிந்து வினையாடல்

1. நன்மையும் தீமையும் நன்றாக ஆராய்ந்து
   நன்மையை புரிபவதே நலம்

2. வரவை பெருக்கி வளமாக்கி இடையூறுகளையும்
   நீக்குபவனே ஆள தகுந்தவன்

3. ஆற்றல் அறிவோடு அன்பும் பேராசையில்லாதவன்
   பெரும்பதவி பெற்றால் நலம்

4. தேடியே கொடுத்தும் பதவி செயல்படாது
   வேறுபட்டு நின்றவரும் உண்டு

5. ஆய்ந்தரிந்த ஆற்றல் இல்லாத ஒருவரை
   தேர்ந்தெடுத்தல் செயலுக்கு தவறு

6. செயலாற்றும் வல்லவனையும் செய்யும் காலமும்
   உணர்ந்த செயல் வெல்லும்

7. இச்செயலை இக்கருவியால் இன்னவன் முடிப்பானென்று
   உணர்ந்து அவரிடம் கொடு

8. இத்தொழிலை செய்வாரென ஆராய்ந்தபின் அமர்த்தி
   அத்தொழிலுக்கு அவனையே விட்டுவிடுக

9. காரியங்களை கருத்தாய் செய்வோரை தவறாக
   எண்ணுவோரை விலகும் பெருமை

10. உலகம் செழிக்க உழைப்போர் நிலையை
    அரசினர் ஆய்தறிந்து கொள்ளவேண்டும்

## 53. சுற்றம்தழால்

1. வறுமையில் இரந்து உண்டாலும் மறவாதார்
   பழைய உறவை சுற்றத்தார்

2. குறையாத அன்பை கொண்டவர் சுற்றத்திடம்
   பெறுவார் ஆக்கமும் செல்வமும்

3. சுற்றத்தோடு சூழ்ந்து வாழாதான் வாழ்க்கை
   கரையில்லா குளம்போல் ஆகும்

4. சுற்றத்தோடு கூடி கொள்ளும் செயலால்
   பெற்ற செல்வம் பெரிதாகும்

5. வள்ளல் தன்மையும் இனிமையான சொல்லும்
   ஈர்த்து இழுக்கும் சுற்றத்தை

6. வாரிகொடுத்து சினம் தவிர்த்து சேர்த்தணைக்க
   சேருமே சுற்றம் பெரியதாய்

7. பகிர்ந்துண்டு வாழ்வார் காக்கையாய் சுற்றத்துடன்
   இயல்பு இருப்பவருக்கே இருக்கும்

8. ஆற்றலறிந்து ஆற்றலுக்கேற்ப அதன்படி உபசரிக்க
   சுற்றத்தார் சூழ்ந்து வாழ்வார்

9. தவறாயுணர்ந்து தானாய் பிரிந்த சுற்றத்தார்
   தவறை உணரும்போது சேர்ந்துவிடும்

10. ஏதுமின்றி பிரிந்தோர் திரும்பிட ஏற்கவேண்டும்
    அலசி ஆராய்ந்து அவர்களை

## 54. பொச்சாவமை

1. மகிழ்ச்சியினால் மறதி கொள்ள கோபத்தினால்
   கொண்ட விளைவினும் பெரிது

2. வறுமை கொல்லும் அறிவை மறதியே
   கொல்லும் ஒருவரின் புகழை

3. மறந்தோர்க்கு புகழ் மறையும் எல்லாம்
   அறிந்தோர்க்கும் அடங்கும் இது

4. பயந்தோர்க்கு பாதுகாப்பு இருந்தும் பயனில்லை
   அதுவே மறதி உடையோர்க்கும்

5. முன்னறிந்து காக்காதவர் துன்பம் மறதியால்
   பெரியதாய் வருத்தம் தரும்

6. மறவாமை இல்லாதோர்க்கு வாழ்க்கையில் மறந்தும்
   துன்பம் ஏதும் இல்லை

7. கடமையை கண்ணாய் போற்றும் மறதியற்றவர்
   செய்வது எல்லாம் சிறப்பு

8. உயர்ந்தோர் புகழ்ந்ததை கேளாமல் மறந்தோர்
   எப்பிறவியுலும் ஏற்றம் இல்லை

9. மறந்து அழிந்தவரை மனதில் நினைத்து
   மறவாமல் கடமையை செய்

10. எண்ணியதை மறவாமல் எண்ணத்தில் நிறுத்த
    எண்ணியது கிடைக்கும் எளிதாய்

## 55 செங்கோன்மை

1. எக்குற்றம் இருப்பினும் அக்குற்றம் ஆராய்ந்து
   நடுநிலைமையில் நிற்பதே நீதியாகும்

2. மழையோடு வாழும் மண்ணுயிர்கள் அதுபோல்
   செங்கோலை எண்ணும் மக்கள்

3. அறத்தோர் நூலும் அறவழி செயலும்
   பெருகும் செங்கோல் சிறக்க

4. குடியோனின் குணமறிந்து நெறியோடு ஆட்சியாள
   அவனோடு வாழும் குடிகள்

5. நீதி தவறாத நேர்மையானஆட்சியில்
   வானும் வயலும் பொய்க்காது

6. வெற்றியான ஆட்சி வேலால் ஆகாது
   செங்கோலால் செழிக்கும் நாடு

7. ஆட்சியாளர் மக்களை காப்பார் அவர்களை
   காக்கும் நீதியும் நேர்மையும்

8. நீதி தவறுவார் நேர்மையின்றி ஆள்வார்
   அவனாலே கெடும் அவனாட்சி

9. குடிகாத்தே குற்றம் களைந்தே நேர்மையாய்
   ஆள்வதே அரசின் கடமை

10. விளையவே வேறறுப்போம் களையை அதுபோல்
    குற்றத்தாரை வேறோடு அறுக்க

## 56 கொடுங்கோன்மை

1. அடிமையாய் மக்களை ஆளும் அறமற்றவர்
   கொலை செய்பவனுக்கும் மேல்

2. வேல் கொண்டு மிரட்டும் கொடுங்கோலன்
   செங்கோலோடு நின்ற கொள்ளையன்

3. நன்றும் தீதும் நாட்கொண்டு ஆராயாதோன்
   ஆட்சி அழியும் மெல்ல

4. ஆராயாமல் ஆள்பவன் இழப்பான் நாடும்
   செல்வமும் மக்களோடு சேர்ந்து

5. அல்லல் பட்டழுதால் மக்களின் கண்ணீரே
   செல்வத்தை அழிக்கும் ஆயுதம்

6. நீதியும் தவறிப்போய் செங்கோலும் தாழ்ந்திட
   ஆட்சி அழியும் சிறப்பற்று

7. மழைகுறைய துன்பமாகுமே அதுபோல அருளில்லாத
   அரசனால் அடைவார்கள் துன்பம்

8. வறுமையில் வாழ்வதைக் காட்டிலும் கொடுங்கோலாட்சியில்
   பணக்காரனாய் வாழ்வது துன்பம்

9. அறமின்றி ஆளுபவன் நாட்டில் மழையும்
   பெய்யாமல் மறையும் மேகமும்

10. அறமற்ற ஆட்சியில் பசுவும் பலனின்றி
    எத்தொழிலும் இயங்காமல் பாழாகும்

## 57 வெருவந்தசெய்யாமை

1. ஆராய்ந்த குற்றங்கள் அடுத்தும் நடவாது
   அறிந்து தண்டிப்பவன் அரசன்

2. கண்டிப்பில் கடுமையும் தண்டிப்பில் மென்மையும்
   காட்டுவதே சிறப்பான அரசு

3. குடிகள் அஞ்சும் கொடுங்கோல் ஆட்சி
   அரசன் குடிகளோடு கெடும்

4. கொடியவன் மன்னனென குடிமக்கள் கூறிட
   ஆயுள் குறைந்து அழிவான்

5. காத்திருக்க வைத்து கடுகடுப்பவன் பெருஞ்செல்வம்
   பூதம் காத்தது போல

6. கடுமையான சொல்லும் கருணையும் இல்லாதான்
   பெருஞ்செல்வம் பெருகாமல் அழியும்

7. கடுஞ்சொல்லும் முறைகடந்த தண்டனையும் அரசின்
   வலிமையை தேய்க்கும் அரமாகும்

8. ஆலோசிக்காமல் சினம் கொள்ளும் அரசனின்
   ஆட்சி கவிழும் அதுவாகவே

9. சேர்த்து வைக்காத படையால் சீக்கிரம்
   அழியும் அஞ்சியே விரைந்து

10. கல்லாதோரை கைபிடித்து குடிகளை நடுங்கவைக்கும்
    கோலோன் பூமிக்கு பாரமே

## 58 கண்ணோட்டம்

1. பார்த்தல் அழகு கருணை கொண்ட
   கண்களின் முகமே பேரழகு

2. கருணையால் உலகியங்கும் கருணை அற்றோர்
   வாழ்வதே பூமிக்கு பாரம்

3. இசை பொருந்தா பாடலும் கருணையும்
   இல்லாத கண்ணும் வீணே

4. கருணை இல்லாத கண்கள் முகத்தில்
   இருக்குமே வீணாக பயனின்றி

5. கண்ணின் அழகே கருணையே அதுவன்றி
   கண்ணும் முகத்தில் புண்ணே

6. கண்ணோடு இருந்தும் கருணை மறந்தால்
   மரம் போன்ற வாழ்வே

7. கருணை இல்லாதவர் கண்ணில்லாதவர் கண்ணுள்ளோர்
   கருணையின்றி இருப்பதும் இல்லை.

8. கடமையும் தவறாது கருணையும் குறையாத
   மனிதருக்கு உலகமே சொந்தம்

9. எதிரியிடமும் எடுத்து கருணை செய்ய
   பொறுக்கும் கருணையே பெரிது

10. நண்பனே நஞ்சு கொடுப்பினும் அன்பின்
    கருணையால் அதை உண்பர்

## 59 ஒற்றாடல்

1. நீதி நூலும் நெறியுள்ள ஒற்றனும்
   கண்ணென கொள்வதே அரசு

2. எது நடக்கிறது எங்கே நடக்கிறது
   ஒற்றனால் அறிவதே அரசு

3. ஒற்றனால் உணராத எந்த செயலும்
   வெற்றியாய் அமையாது நாட்டில்

4. சுற்றமும் நட்பையும் பகைவனயும் பேதமறியாததே
   ஒற்றனின் உன்னத பண்பு

5. அறியாத வேடமிட்டு அஞ்சாமல் அடிபட்டாலும்
   பணியாமல் இருப்பவனே ஒற்றன்

6. துறவியாயும் புகுந்திட இறக்கும் நிலையிலும்
   சிறப்பாய் செய்பவனே ஒற்றன்

7. மறைந்த செயலும் மதிநுட்பத்தில் அறிந்து
   தெளிந்து அறிவதே ஒற்றனாவார்

8. ஒற்றரின் செய்தியை மறு ஒற்றனால்
   பகுத்தறிய ஏற்பது சிறப்பு

9. ஒற்றனை ஒற்றன் அறியாது மூன்றாவது
   சொல்லால் ஒப்பிடுக உண்மையை

10. பரிசொன்று மறைந்து செய்க தெரிந்து
    செய்ய ஊரறியும் ஒற்றனை

## 60 ஊக்கமுடைமை

1. உடையவர் என்பவர் ஊக்கமுடையவர் மட்டுமே
   மற்றவை உடையவர் அல்ல

2. ஊக்கமே உண்மை உடமையாகும் மற்ற
   உடமைகள் நிலைத்திராமல் நீங்கிவிடும்

3. ஊக்கமுடையார் ஒரு போதும் கலங்கார்
   இழந்த செல்வம் எதுவாயினும்

4. ஆக்கமும் தானாய் அவனிடம் சேரும்
   உறுதியான ஊக்கம் உள்ளவருக்கு

5. நீருயர தண்டுயரும் தாமரை அதுபோல்
   ஊக்கத்தின் அளவே உயர்வார்

6. எண்ணம் உயர்வாய் எண்ணி வீழ்ந்தாலும்
   வெல்லும் ஊக்கம் என்றும்

7. அம்பால் மறைத்தாலும் யானை தளராததுபோல்
   ஊக்கத்தார் தளரார் எதுவரினும்

8. அள்ளி வழங்கும் ஆர்வம் இல்லாதவர்
   வள்ளலென சொல்ல வழியில்லை

9. உருவத்தில் பெரிதாகினும் யானை ஊக்கத்தில்
   தாக்கும் புலிக்கு பயந்து

10. ஊக்கம் இல்லாமல் உறுதியாய் இருந்தாலும்
    மனிதனும் மரமே ஆகும்

## 61 மடிஇன்மை

1. பிறந்த உயர்குடியும் அழியும் சோம்பலை
   சுகமாய் நினைத்து வாழ

2. பிறந்த குடியை பெருங்குடியாய் பெருக்கிட
   விரட்ட சோம்பலை விளங்கும்

3. சோம்பலால் அழியும் சுற்றமும் அவனின்
   குடியும் அவனுக்கு முன்னே

4. குற்றமும் பெருகும் பெருமையும் அழியும்
   சோம்பலில் சுழலும் மனிதருக்கு

5. மறதி சோம்பல் தூக்கம் நாட்கடத்தல்
   அழிவிற்கு ஏறும் படகாகும்

6. மன்னனே உறவானாலும் சோம்பல் மாறதவருக்கு
   எந்த பயனும் இல்லை

7. இழிசொல்லும் வரும் இழப்பர் நட்பும்
   முயற்சி அழியும் சோம்பலில்

8. நல்குடி பிறந்தும் சோம்பல் புகுந்துவிட
   பகைவரிடம் அடிமையாய் பணிவர்

9. அகற்றிட சோம்பலை அகலும் அவபெயரும்
   ஆண்மைக்கும் சிறப்பு ஆகும்

10. சோம்பலில் சோராத மன்னன் ஆளுவான்
    அனைத்தும் தன் காலடிக்குள்

## 62 ஆள்வினைஉடமை

1. முடியுமென்ற முயற்சி முழுமனதோடு முயற்ச்சிக்க
   பெரிய வலிமை தரும்

2. தொழிலொன்றில் தோற்போம் என்று எண்ணாமல்
   முழுவதுமாய் முயற்சி செய்

3. உதவுதல் என்ற உயர்ந்த குணமே
   முயற்சியால் முழுமை பெறும்

4. உதவுவேனென்பார் ஊக்கம் இல்லாதார் படைகளத்தில்
   பேடியின் வாளாய் பலனின்றி

5. இன்பத்தை விரும்பான் முயற்சியே முன்னெடுப்பான்
   சுற்றத்தை தாங்கும் தூணாய்

6. முயற்சி வெல்லும் முழுமையாக முயற்சியன்றி
   இன்பங்கள் கெடும் என்றும்

7. ஊக்கமுடைவரோடு உறைவாள் திருமகள் மூதேவி
   உறைவாள் முயற்சி அற்றோரிடம்

8. விதியென பழிப்பது பெறுந்தவறாகும் முயற்சி
   செய்யாததே பெரும் பழியாகும்

9. விதியோ கடவுளோ வெல்லாது போனாலும்
   வெல்லும் முயற்சி உறுதியாக

10. விதி மாறாது என்றே உறைத்தாலும்
    அதையும் மாற்றும் முயற்சி

## 63 இடுக்கண் அழியாமை

1. துன்பத்திலும் மகிழ்ந்து துன்பத்தை எதிர்த்து
   மகிழும் மனமே சிறப்பு

2. வெள்ளமாய் பெருகிடும் துன்பம் அறிவுடையார்
   உள்ளத்தால் விலகி வெல்லப்படும்

3. துன்பத்திற்கே துன்பம் தந்தே துன்பத்தை
   வெல்வார் துன்பத்திற்கு துவளாதவர்

4. எருதாய் விடாமல் இழுத்து முயற்சிப்போர்
   தருவார் துன்பத்திற்கு தோல்வி

5. எத்தனை துன்பத்தையும் எதிர்த்து போராட
   துன்பமும் தோற்று ஓடும்

6. செல்வத்தை அள்ளித் கொடுத்தோர் அஞ்சார்
   ஏழ்மை என்னும் துன்பத்திற்கு

7. உடம்போடு உயிரின் துன்பமும் இயல்பென்று
   கலங்கார் ஒருபோதும் நினைத்து

8. இன்பத்தை விரும்பாமல் இயல்பென துன்பத்தை
   ஏற்போர் துன்பத்திற்கு துவளாமல்

9. இன்பத்தை போற்றாதவர் ஏற்பார் துன்பத்தையும்
   மனமே தளராமல் தொடர்ந்து

10. துன்பத்தையே ரசித்து இன்பமாய் கொண்டவர்
    பகைவனும் பாராட்டுவார் ரசித்து

## 64 அமைச்சு

1. செயலும் காலமும் கருவியும் சாலச்சிறந்ததாய்
   அமைத்து தருவதே அமைச்சு

2. கற்றறிந்து குடிகாத்து அஞ்சாது முயற்சியோடு
   துணிவோடு ஐந்தாகும் அமைச்சு

3. பிரித்து சேர்த்து பகைவரை நல்லவரை
   பிரிந்தாரை சேர்ப்பதே அமைச்சு

4. ஆக்கமும் ஆராய்ந்து ஊக்கமும் ஆற்றலும்
   அமைந்து இருப்பதே அமைச்சு

5. அறநெறியும் சொல்லும் ஆற்றலும் அறிந்தவர்
   அமைச்சில் ஆலோசனை அறிந்து

6. நுண்ணறிவு நூலறிவு பெற்றார் சூட்சிகளை
   அறிவார் தம்மை சூழுமுன்

7. கற்றறிவு பெற்றாலும் பட்டறிவு கொண்டு
   பகுத்து சீராகும் செயல்

8. சுயபுத்தியும் சொல்புத்தியும் அறியாத அரசுக்கு
   அஞ்சாது உரைப்பது அழகு

9. தன்னலமே நினைக்கும் அமைச்சரினும் எதிரிகள்
   எழுபதுகோடி இருந்தாலும் நன்று

10. சிறப்பான செயலும் சிதறும் பொறுப்பில்லா
    அமைச்சர் கையில் பொறுப்பிருக்க

## 65 சொல்வன்மை

1. எவ்வன்மைக்கும் பெறிய வன்மை நாவன்மை
   அதனினும் வன்மை ஏதுமில்லை

2. ஆக்கமும் அழித்தலும் அடங்குமே நாவால்
   பேச்சில் பிழையை ஒதுக்கு

3. சொல் கேட்டோர் மயங்கி கேளாதோர்
   விரும்பி தேடுவதே நாவன்மை

4. அறத்தினும் பெரிதாம் திறனறிந்து சொல்லல்
   நாவன்மை நலத்தை கொடுக்கும்

5. சொல்லை வெல்லாத சொல்லை சொல்லுக
   வெல்லாது இச்சொல்லென உணர்ந்து

6. பிறர் விரும்பும் பேச்சும் பிறகருத்தை
   ஆராய்ந்து அறிவதே சிறப்பு

7. சொல்லாற்றலும் சோர்வில்லாத அஞ்சாத நெஞ்சம்
   உடையாரை வெல்வது ஏது

8. சொல்லோடு சுவையும் கருத்தோடு கலந்துறைக்க
   உலகமோ உடனே ஏற்கும்

9. குறைந்த சொல்லில் கருத்தென்று கூறாதவர்
   பலசொல்லை பயனின்றி சொல்லுவார்

10. கற்றதை உள்ளபடி கற்றுத்தர இயலாதோர்
    மலர்ந்தும் மணக்காத மலரே

## 66 வினைத்தூய்மை

1. துணை சிறக்க செல்வம் பெருகும்
   நற்செயலால் எல்லாம் பெருகும்

2. அறத்தோடு புகழை அடியோடு கெடுக்கும்
   அச்செயலை அடியோடு மற

3. உயர்வுகள் உயர்தல் வேண்டுவோர்க்கு ஆக்கமில்லா
   செயலால் கெடும் புகழும்

4. தெளிந்தவர் உறுதியுடையோர் துன்பத்தை விலக்க
   என்றும் செய்யார் இழிசெயலை

5. தவறினால் வருந்துக மீண்டும் தவறை
   செய்வதை தவறாமல் நிறுத்துக

6. தாயின் பசிக்காகவும் செய்யாதே இழிசெயலை
   சான்றோர் சாடும் படி

7. பழிகொண்டு இழிசெயலால் வரும் செல்வதினிதினும்
   வறுமையில் வாழ்வதே பெருமை

8. வேண்டாத இழிசெயலை பொருளுக்காக செய்து
   முடித்தாலும் துன்பமாய் முடியும்

9. அழவைத்து பெற்றது அழுதே போகும்
   நல்வழி செல்வம் நமதாகும்

10. ஈரமான மண்பாண்டத்தில் இருக்காத நீர்போல்
    நிற்காது இழிசெயலின் செல்வம்

## 67 வினைத்திட்பம்

1. செயலின் உறுதியினும் செய்பவன் மனவுறுதியே
   செயல் பிறந்து சிறக்கும்

2. தொல்லை வருமுன் காத்தலும் வந்தபின்
   தளராமல் இருப்பதே மனவுறுதி

3. செய்து முடியாமல் செயலை வெளிபடுத்தாத
   ஆளுமையின் உறுதி அதுவே

4. செயலை சொல்லுவது எளிதே அச்செயலை
   செய்து முடிப்பது கடினம்

5. எண்ணங்களில் சிறந்த பெருஞ்செயலின் உறுதியை
   அரசும் போற்றும் அச்செயலை

6. எண்ணியவை எண்ணப்படி எண்ணியதில் உறுதியானால்
   எண்ணியது கிடைக்கும் எண்ணியபடி

7. உருவத்தால் ஒருவரின் உறுதியை எண்ணாதே
   தேரோட அச்சாணியே வேண்டும்

8. ஆராய்ந்து துணிந்து காலம் கடத்தாமல்
   சோராமல் செய்து முடி

9. இன்பத்தின் செயலை இனிதே செய்க
   துன்பம் வரினும் தொடர்ந்து

10. செயலில் உறுதியில்லா செய்வோரை வலியவராயாயினும்
    சேர்க்காது உலகு செயலில்

## 68 வினைசெயல்வகை

1. ஆராய்ந்து கொள்க துணிவை அத்துணிவை
   காலம் தாழ்த்த குற்றமே

2. விரைவானதில் நிதானம் வேண்டாம் நிதானமாக
   செய்வதில் அவசரம் வேண்டாம்

3. செல்லுமிடத்தில் செய்து முடி செல்லாயிடத்தில்
   செய்யும் வழியை படி

4. செயலும் பகையும் மிச்சம் வைத்திட
   குறையாய் தீயை விட்டதுபோல்

5. செயலோடு காலமும் கருவியும் இடமும்
   முறையோடு ஐந்தும் வேண்டும்

6. ஆராய்ந்து அறிக பலனும் அதனால்
   கிடைக்கும் எதிர்ப்பும் தெரிந்து

7. அனுபவத்தை அறிக அச்செயலின் செய்பவரை
   அணுகி உணர்ந்து செய்

8. செயலோடு செய்தல் வேறொன்று யானை
   வைத்தே யானை பிடிப்பதாகும்

9. பகைவருக்கு அருளுவதை விரைந்து செயல்படுத்து
   நண்பனுக்கு செய்வதற்கும் மேலாக

10. எளியோர் ஏற்பார் தம்மினத்தார் அஞ்சிட
    வலியோரால் பலன் கிடைக்க

## 69 தூது

1. அன்பும் ஆன்றோர் குடிபிறப்பும் நம்பிக்கையும்
   பண்பாய் இருப்பவரே தூதுவர்

2. அறிவோடு கலந்து அன்போடு ஆராய்ந்து
   இம்மூன்றும் இருப்பவரே தூதுவர்

3. வேற்றானிடம் வெற்றி உறைத்து வேதங்களோடு
   யாவும் கற்றறிந்தோனே தூதுவர்

4. தூதுவனின் தோற்றமும் இயற்கை அறிவும்
   ஆராய்ந்து அறிவதே சிறப்பு

5. இன்பத்தை மட்டுமே எடுத்துரைத்து எதிரிக்கு
   பயத்தை கொடுப்பதே பண்பாகும்

6. எதிலும் வல்லவனாய் எதற்கும் அஞ்சாமல்
   தந்திரம் அறிவதே அழகு

7. கடமையறிந்து காலமறிந்து இடமறிந்து எடுத்துரைத்து
   சிந்தித்து செய்வதே சிறப்பு

8. துணிவும் தூய்மையும் பெண்ணாசை இல்லாமல்
   நேர்மையாய் நெருப்பாய் எதிரிக்கு

9. அஞ்சாமல் தவறியும் வார்த்தைகள் மிஞ்சாமல்
   உறுதியான நெஞ்சுடையான் தூதுவன்

10. அழிவே வந்தாலும் அஞ்சி நடுங்காமல்
    உறுதியானவன் உண்மையான தூதுவன்

## 70 மன்னரைசேர்ந்துஒழுகுதல்

1.  மிகநெருங்காது மிகவிலகாது நெருப்பில குளிர்
    காய்வதுபோல் அரசுடன் பழகு

2.  மன்னர் விரும்புவதை விரும்புதல் வேண்டா
    ஆக்கமாகும் அதுவே உனக்கு

3.  போற்றலும் வேண்டும் நடத்தை பொய்த்ததாய்
    ஐயுற்றால் தெளிதல் கடினம்

4.  சிரித்தலும் செவியோடு உறைத்தலும் பெரியோர்முன்
    தவிர்த்து காத்தலும் வேண்டும்

5.  ரகசியத்தை பேசும்போது கேட்காதே மன்னனே
    உறைத்தால் மறுக்காமல் கேட்டுக்கொள்

6.  குறிப்பறிந்து சொல்லுக வெறுப்பில்லாததை விருப்பமானதை
    காலமறிந்து அதையும் கூறுக

7.  சொல்லுக பயனுள்ள சொல்லை மட்டும்
    கேட்டாலும் சொல்லாதே மற்றதை

8.  எனக்கு இளையோன் முறையோன் என்றுறைத்து
    இகழாது பண்புடன் நட

9.  உடையவரேயானாலும் சொல்லாதே அரசுக்கு
    ஏற்கமுடியாத எதிரான எதையும்

10. பழையவரென்றே நினைத்தே பண்பில்லாததை செய்தால்
    செயல் பலனின்றி கெடும்

# 71 குறிப்பறிதல்

1.  கண்ணோக்கின் அறிவார் எண்ணத்தின் குறிப்பறிந்து
    உலகத்தில் உயர்ந்தவர் அவர்

2.  தெளிந்தே அறிவான் மனதை ஐயமுற்று
    அவனையும் தெய்வத்துள் சேர்

3.  முகக்குறிப்பை முற்றுணர்ந்து மனக்கருத்தை பறிமாறுவாரை
    எதை கொடுத்தும் துணையாக்கு

4.  குறிபறிந்தவர் மனதை அறியாதவர் உருவத்தில்
    ஒத்திருந்தாலும் அறிவில் தனியே

5.  உள்ளத்தின் குறிப்பை உணராதவருக்கு கண்
    முகத்தில் இருந்தும் இல்லாததே

6.  உள்ளதை காட்டும் கண்ணாடி அதுபோல
    உள்ளத்தை காட்டும் முகம்

7.  விருப்போ வெருப்போ வெளிக்காட்டும் முகமே
    அதனினும் அறிவு இல்லை

8.  அகத்தை அறிந்திடும் திறமை இருப்பின்
    முகத்தருகே நின்றாலே போதும்

9.  கண்களே சொல்லிவிடும் நட்பையும் பகைமையும்
    எண்ணத்தை அறிவோர் அறிவார்

10. ஆராய்ந்து அறிவார் மனதையும் குணத்தையும்
    கண்ணென்ற அளவு கோலால்

## 72 அவையறிதல்

1. அவையறிந்து சொல்லுக அதுவும் அவையின்
   சிறப்பறிந்து சொல்லுதல் சிறப்பு

2. சொல்லின் பொருளறிந்து பொருளின் குணமறிந்து
   சபையின் நிலையறிந்து பேசுக

3. சபையறியார் சபைக்கேற்ற சொல்லறியார் இயல்பறியாது
   இயம்புவர் திறமை இல்லாதவர்

4. கற்றவரிடம் கற்றவராகவும் கல்லாதோரிடம் கல்லாதவராய்
   சுண்ணாம்பு போல் காட்டு

5. அடக்கமாய் அடங்கி சபையில் சான்றோரிடம்
   அடங்கியே இருப்பது அறிவு

6. அறிஞர்கள் சபையில் சொல்லில் குற்றபட்டால்
   நெறியில் நிலை தவறியதுபோல்

7. கற்றவர் பெருமை களத்தில் தெரியும்
   பொருளில் விளங்கும் திறமை

8. அறிந்தோர் சபையில் பேசுவது பயிருக்கு
   இட்ட நீர்போல் பலனாகும்

9. கற்றோர் அறிந்தோர் சபையில் பேசுவோர்
   பேசாதே கல்லாதார் முன்

10. அறியாதவர்கள் சபையில் அறிந்தவர் பேசுதல்
    தரையில் கொட்டிய அமிழ்தம்போல்

## 73 அவைஅஞ்சாமை

1. அவையறிந்து அளவறிந்து பேசுவார் தூயவர்
   பயந்தும் பிழையாய் பேசமாட்டார்

2. கற்றதை சபையில் மனதில் பதியவைப்பவர்
   கற்றவரினும் மேலாய் கொள்வர்

3. படைகளத்தில் இறப்போர் பலர் இருந்தாலும்
   அவைகளத்தில் பேசுவோர் சிலரே

4. கற்றாரிடம் கற்றதை சொல்லி அதிகம்
   கற்றாரிடம் கற்றுக் கொள்

5. அஞ்சாது கூறவும் அவரவர் கேள்விக்கு
   அதற்கொண்டு அறியும் நூலால்

6. கோழையில் கையில் வாளிருந்தும் பயனில்லை
   அவையுறைக்காதவர் படித்திருந்தும் பலனில்லை

7. அவையில் பேசுவதற்கு அஞ்சுபவன் பேடியின்
   கையில் உள்ள கூர்வாள்போல்

8. எதையும் புரியும்படி சொல்லாதவர் அவையில்
   எவ்வளவுதான் கற்றாலும் ஏதுமில்லாதவர்

9. ஆன்றோர் அவையில் பேசாதவன் கற்றவராயினும்
   கல்லாதவனே நிறைந்த சபைக்கு

10. அவைகளத்தில் அஞ்சுவார் அறிந்ததை சொல்லாதவர்
    இருந்தும் இறந்தவரே ஆவார்

## 74 நாடு

1. வளமும் செல்வமும் சான்றோரும் மக்களும்
   சேர்ந்திருப்பதே சிறந்த நாடு

2. போற்றும் வளமும் ஏற்றமும் கேடில்லாது
   எங்கும் விளைவதே நாடு

3. அகதிகளை அணைத்து அதற்கேற்ப வளர்த்து
   வரிகளும் பெறுவதே நாடாகும்

4. பெரும்பசியும் பிணியும் சேராமல் காப்பதே
   சிறந்த நாட்டிற்கு அழகு

5. பழிக்கும் உட்பகையும் பாழ்செய்யும் கொலைதொழிலும்
   இல்லாதிருப்பதே இனிய நாடு

6. கெடுதல் அறியாததாய் கெட்டாலும் குறையாததாய்
   வளங்குன்றா நாடே சிறப்பு

7. ஆறும் கடலும் மழையும் மலையும்
   அரணோடு அமைவதே நாடு

8. நோயின்றி விளைச்சலும் செல்வ காவலும்
   மகிழ்ச்சியோடு ஐந்தும் அழகு

9. தேடி பெருக்குவதல்ல செழிப்பு தானே
   பெருகுவதே சிறந்த நாடு

10. வளமும் செல்வமும் வாய்த்தாலும் சிறந்த
    அரசில்லாத நாட்டுக்கு சிறப்பில்லை

## 75 அரண்

1. அஞ்சாமல் போரிடவும் அஞ்சி பதுங்கவும்
   அரணிருப்பதே அரசுக்கு அழகாகும்

2. நீர்சூழ்ந்த மண்ணும் நெடிய மலைகளும்
   காடும் உடையதே அரண்

3. உறுதியானதும் உயரமானதும் வலிமையான அகலமானதும்
   நான்கும் கொண்டதே அரணாகும்

4. காக்கவேண்டியதை சிறிதாக்கி படைகளத்தை பெரிதாக்கி
   எதிரியை மலைக்கவைப்பதே அரண்

5. எளிதில் பற்றமுடியாதாய் உணவும் குறையாததாய்
   கொண்டிருக்கும் அரணே சிறப்பு

6. வல்லமையான வீரரும் வலிமையான கருவியும்
   கொண்டதே வளமான அரண்

7. சூழ்ந்தும் சூழாமலும் வஞ்சனை சூழ்ச்சியால்
   வசப்படுத்தாத வலிமையுடையதே அரண்

8. வல்லமையாய் சூழ்ந்த வலிமையான படைகளையும்
   உள்ளிருந்தே வெல்வதே அரண்

9. உள்ளிருந்தே ஒழித்திட பகைவரை தனிச்சிறப்பாய்
   பெற்றுத் திகழ்வதே அரண்

10. அரணிருந்தும் பலனில்லை ஆக்கமின்றி அறிவில்லார்க்கு
    ஏதிருந்தும் எதிலும் சிறப்பில்லை

## 76 பொருள்செயல்வகை

1. தகுதியற்றவனைக்கூட தகுதி உடைவனாக்கும் தகுதியுடையது
   பணமின்றி வேறொன்றும் இல்லை

2. பொருளுள்ளோனை புகழ்வார் எல்லோரும் பூமியில்
   இகழ்வார் பொருள் அற்றவரை

3. பொய்யா விளக்கெனும் செல்வம் பூமியில்
   வெல்லும் எல்லாம் இடத்திலும்

4. அறமும் இன்பமும் கொடுக்கும் திறமையால்
   தீயவழி வராத செல்வம்

5. அறநெறி அன்போடு அடையாத பொருளை
   சேர்த்து வைக்காது விட்டுவிடு

6. வரியும் சுங்கமும் எதிரியின் கப்பமும்
   எப்போதும் அரசின் பொருளது

7. அன்பினால் அடையும் அருளெனும் குழந்தை
   பொருளெனும் செவிலித்தாயால் வளரும்

8. தன் கைப்பணத்தால் தொழில் செய்வோர்
   மலைமீது யானைபோர் கண்டதுபோல்

9. சாதிக்க நினைப்போர் சம்பாதியுங்கள் எதிரிகளை
   ஒடுக்க அதுவொன்றே ஆயுதம்

10. சிறப்பான செயலால் பொருளை சம்பாதித்தால்
    அறத்தோடுயின்பமும் அதுவாகவே வரும்

## 77 படைமாட்சி

1.  படை நிறைந்து உயிர் கொடுப்பவரே
    சிறந்த செல்வம் அரசுக்கு

2.  வலிமை குன்றினாலும் நெஞ்சுறுதியோடு போராடுவது
    பரம்பரையான மக்களுக்கே இருக்கும்

3.  எலிபோல் படைகூடியே எவ்வளவு முழங்கினாலும்
    நாகத்தின் மூச்சில் நாசமாகும்

4.  தோற்காமல் விலை போகாத தொன்மையான
    அஞ்சாத வீரரிப்பதே படையாகும்

5.  இறப்பே எதிரில் நின்றாலும் அஞ்சாமல்
    எதிர்த்து நிற்பதே படையாகும்

6.  வீரமும் மானமும் உணர்வும் முன்னோர்வழியும்
    நான்குமுளதே  நல்லதோர் படை

7.  எதிரியின் வலிமையை அறிந்து எதிர்த்து
    போராடி வெல்வதே படை

8.  வீரமும் பயிற்சியும் இருந்தாலும் அணிவகுப்பின்
    அழகே படையின் அழகு

9.  சிறுத்தும் வெறுத்தும் விடாமல் வறுமையின்றி
    வாழும் படை வெல்லும்

10. வெல்லும் வீரர்கள் நிறைந்து இருந்தாலும்
    தலைவனில்லாத படை வெல்லாது

## 78 படைசெருக்கு

1. எதிர்த்து நில்லாதே எந்தலைவன் முன்னே
   எதிர்த்தவர் கல்லானார் முன்னே

2. முயலை கொன்ற அம்பினும் யானை
   பிழைத்த அம்பே பெரிது

3. பகைவரை எதிர்த்தல் ஆண்மை பகைவருக்கே
   உதவுதல் ஆண்மையின் உச்சம்

4. கைவேலை யானைமீதே வீசிவிட்டு மார்மீதிருந்த
   வேலை பிடுங்கி வீசினான்

5. வீசிடும் வேலை விழிபார்த்து மூடினால்
   அதுவும் ஆகுமே புறமுதுகு

6. காயப்படாத நாட்களை கணக்கெடுத்து போரில்
   வீணான நாளென்பான் வீரன்

7. சூழும் புகழென்னி உயிரை எண்றெண்ணாத
   வீரனின் கால்கழல் பெருமையே

8. வேந்தனே சினந்தாலும் விடாது போர்புரியும்
   உயிருக்கு கலங்காதவன் வீரன்

9. சபதம் செய்து சாவதற்குத் துணிந்த
   வீரனை இகழமாட்டார் எவரும்

10. மரணம் கண்டபின் மன்னவன் கண்ணீர்விட
    இரந்தாவது இறப்பை பெறு

## 79 நட்பு

1. நட்பைபோல் நற்செயல் வேறேதுமில்லை நட்பினும்
   சிறப்பான செயலொன்றும் இல்லை

2. பிறையாய் வளரும் பெரியோர் நட்பு
   தேயும் சிறியோர் நட்பு

3. நல்லவர் நட்பு இன்பந்தரும் இனிமையான
   அறிவுசார் அழகான நூலாகும்

4. நட்பென்பது நகைத்து மகிழ மட்டுமல்ல
   தவறினால் இடித்து உறைக்கவும்

5. உணர்வொன்றே போதும் உண்மையான நட்புக்கு
   ஒட்டித்தான் உறவொன்றும் வேண்டாம்

6. முகமலரும் நட்பே நட்பாகாது அகமும்
   மலரும் நட்பே நட்பாகும்

7. அழிவிலிருந்து தடுத்து கேடு வந்தாலும்
   கூடவே இருப்பதே நட்பு

8. ஆடைநழுவ கையோடும் அதுபோல் துன்பம்
   வருகையில் காப்பதே நட்பு

9. வேறுபாடில்லாமல் வேண்டும்போது எல்லாம் தாங்கி
   நிற்பதே தனிப்பெரும் நட்பு

10. நட்பின் சிறப்பே புகழாதிருப்பதே இதுவென
    புகழ்ந்தால் இல்லாது போகும்

## 80 நட்பாராய்தல்

1. ஆராய்ந்து செய்வதே அழகான நட்பு
   ஆராயாத நட்பே ஆபத்து

2. ஆராய்ந்து கொள்ளாத நட்பு அதுவே
   உயிருக்கு உற்ற கேடாகும்

3. குணமும் குடும்பமும் குறையாத சுற்றமும்
   அறிந்தே அவரிடம் நட்பாகிடு

4. உயர்குடியும் பழிக்கு அஞ்சியும் நாணுபவன்
   நட்பை விலைகொடுத்தாவது வாங்கு

5. கண்ணீர்வர கண்டித்து மனமும் நோக
   சொல்பவனே நட்பே சிறப்பு

6. தீமையிலும் நன்மையுண்டு தீமையில் உடனிருப்பவரை
   அளந்து காட்டும் கருவியாகும்

7. அறிவில்லாதவன் நட்பை அறவே விடுவது
   அவருக்கு கிடைக்கும் நற்பலனாகும்

8. ஊக்கத்தை அழித்து துன்பத்தில் விலகிவிடும்
   நட்பை அறவே விலக்கிடு

9. துன்பத்தில் காவாதான் நட்பை இறக்கும்போதும்
   நினைத்தாலும் நெஞ்சம் சுடும்

10. மாசில்லாத நட்பை ஏற்றுக்கொள் மாசிருக்க
    விலை கொடுத்தாவது விலக்கு

## 81 பழமை

1. பழமையென கொள்வதும் பாராட்டுவதும் நட்பின்
   உறவை நசுக்காமல் காப்பதாகும்
2. நட்பிற்கு உறுப்பாகும் உரிமை அவ்வுரிமையை
   எண்ணி மகிழ்வதே சிறப்பு
3. நட்புடையோர் செய்தகாரியம் நல்லதோ கெட்டதோ
   நாமே செய்ததாய் பாராட்டு
4. உரிமையோடு நண்பர் கேளாமலொன்று செய்தால்
   பெருமையோடு ஏற்பதே நன்னட்பு
5. வருந்ததக்க செயல்களை செய்தது அறியாமையிலோ
   நட்பின் உரிமையிலோ ஆகும்
6. நட்பை துறக்கவே மாட்டார் சண்டையே
   இருந்தாலும் பழமையான நட்பை
7. தம்முடன் பழகியவர் தமக்கே எதிராக
   அழிவே தந்தாலும் நட்பைவிடார்
8. பிழைச்செய்தாரென பிறர்கூற ஏற்காத நட்பிடம்
   பிழைச்செய்த நாளெல்லாம் வீணே
9. உரிமையை விடாத உடையவரின் நட்பை
   உலகமே விரும்பி போற்றும்
10. நண்பரே தவறிழைத்தாலும் பகை கொள்ளாதவரை
    பகைவரும் விரும்புவார் நட்பாக

## 82 தீயநட்பு

1. உருகுவார்போல் நடிக்கும் உள்ளத்தில் நற்பண்பு
   இல்லாதோர் நட்பை குறை

2. பலனுக்கு நட்பாகி பலனில்லாவிட்டால் பிரிவோர்
   உறவு இருந்தென்ன இறந்தென்ன

3. பலனுக்கு பழகும் நட்பும் விபச்சாரியும்
   கள்வனைபோல் மூவரும் ஒன்றே

4. போர்களத்தில் தள்ளும் குதிரையின் நட்பைவிட
   தனிமையாய் இருப்பது நல்லது

5. என்னத்தான் நட்பை இழுத்து பிடித்தாலும்
   அற்பனின் நட்பு ஆகாது

6. அறிவில்லார் நட்பினும் சிறப்பு அறிவுடையோரின்
   பகை கோடி நன்மையாகும்

7. சிரித்து நடிக்கும் நட்பினும் பகைவனின்
   துன்பம் பலகோடி நன்மை

8. முடியும் உதவியை செய்யாமல் நழுவவிடும்
   நட்பை அவறறிந்தே விடுக

9. சொல்வதும் செய்வதும் சுத்தமில்லா நட்பு
   கனவிலும் துன்பம் தரும்

10. தனிமையில் போற்றுவார் சபையில் தூற்றுவார்
    அவரின் நட்பை அணுகாதே

## 83 கூடாநட்பு

1.  மனதார இல்லாமல் நட்பாய் நடிப்பவர்
    வெட்டி எரியும் பட்டையாம்

2.  உற்றாறாக இல்லாமல் உற்றாராய் நடிப்போர்
    வேசியின் மனம்போல வேறுபடும்

3.  பகையாய் பழகுவோர் பலநூல் கற்றவராயினும்
    மனந்திருந்தல் அரிதே ஆகும்

4.  சிரித்து பேசியே சீரழிக்கும் நட்பெனும்
    வஞ்சகரை  வழியிலேயே நிறுத்து

5.  மனமும் செயலும் வேறுவேறானோர் சொல்லை
    நம்பி இறங்காதே எதிலும்

6.  நண்பராய் நல்லவை சொல்லினும் பகைமையாய்
    சொல்வது  உடனே தெரியும்

7.  சொல்லில் வளைவார் வில்லை போலவே
    வில்லும் வளைவது தீமைக்காகவே

8.  கைதொழுதாலும் கையில் ஆயுதமும் மறைத்திருக்கும்
    கண்ணீரிட்டு அழுதாலும் பகைமையே

9.  சிரித்தமுகத்தோடு பகையோடு இகழ்பவரை  நாமும்
    சிரித்தே இகழலாம் நட்பாய்

10. பகைவரின் பழக்கத்தை மனதளவில் இல்லாமல்
    முகமளவில் முடித்தலே நன்று

## 84 பேதைமை

1. கேடெது நன்மையெதென்று தெளிவடையாமல் நன்மையை
   விடுத்து தீமையடைவதே பேதைமை

2. அறியாமையிலும் அறியாமை நன்மையில்லா செயலை
   நாடி செய்வதே பேதைமை

3. நாணாமை பேணாமை தேடாமை காப்பாமை
   எல்லாம் பேதைமை செயல்

4. கற்றதும் கற்றதை மற்றவர்க்கு கற்றுதராததும்
   கற்றதுபோல் நடக்காததும் பேதைமையே

5. பேதைமை செயலால் பெறுவான் எழுபிறவி
   பலனை ஒரே பிறவியில்

6. அறவழி தெரியாத அறிவற்றவன் செயலது
   அவனும் செயலும் கெட்டு

7. பேதையின் பெருஞ்செல்வம் பெறுவார் சுற்றத்தார்
   உறவினர் பசித்து இருக்க

8. பேதையிடம் பொருள் கிடைக்க பித்தன்
   கள் குடித்தது போலாகும்

9. பேரினிது பேதையின் நட்பு பிரியும்போது
   துன்பம் தோன்றுவது இல்லை

10. கற்றோர் சபையில் பேதையேற அசுத்தம்
    மிதித்து அப்படியே வந்ததுபோல்

## 85 புல்லறிவாண்மை

1. இல்லாமையில் கொடியது அறிவில்லாமை பிறயில்லாமை
   பெரியது ஒன்றும் இல்லை

2. அறிவில்லாதவன் அளக்காமல் வழங்குவான் அதுவன்றோ
   பெறுபவன் பெற்ற பேறே

3. தாமே வருத்தி கொள்வார் அறிவிலார்
   பகைவனும் வருத்த முடியாதளவு

4. தலைகணத்து ஆணவத்தால் தானே அறிவாளியென்று
   அலைபவனின் அறியாமை ஆகும்

5. கற்காததை கற்றதாய் கருத்துரைக்க கற்றவர்க்கு
   கற்றதிலும் ஐயம் வரும்

6. ஆடையால் மறைத்தல் அறிவுடைமை ஆகாது
   குற்றம் உணர்ந்து போக்காதவர்

7. அறிவுரை ஏற்காத அறிவற்றவர் தானே
   தேடி கொள்வார் துன்பத்தை

8. சொல்லும் கேட்காமல் சுயமாய் செய்யாமல்
   அறிவில்லாருக்கு நோயாகும் அதுவே

9. அறிவற்றவன் அறிந்ததை கொண்டு அறிவாளியென்பார்
   அறிவாளியோ அதனை செய்யார்

10. உன்டென்பான் உயர்ந்தோர் இல்லை என்பார்
    அறிவிலார் இப்பூமியின் பேயாவார்

## 86 இகல் (மாறுபாடு)

1. எவ்வுயிர்க்கும் இணங்கி சேராத மாறுபாடு
   பகைக்கிற தீய பண்பாகும்

2. இணங்காமல் ஏதொன்று செய்ததாலும் மாறுபாட்டால்
   தீதொன்றும் செய்யாது விடு

3. மனத்தின் மாறுபாடு நீக்கிட மாசற்ற
   புகழ் ஓங்கும் உலகில்

4. துன்பத்தில் பெருந்துன்பம் மாறுபாடு அத்துன்பம்
   விலக்க இன்பம் நேருமே

5. மனத்தை மாற்றும் மாறுபாட்டை அகற்றினால்
   அவரை வெல்ல யாருமில்லை

6. யாருடனும் ஒட்டாது மாறுபாட்டோடு வாழ்பவர்
   வாழ்வது சில காலமே

7. பகைகொண்டு மாறுபட்டு கேடான அறிவை
   வெற்றியின் பொருளை உணரார்

8. மாறுபாட்டை நீக்கிட நன்மையாகும் நீக்காமல்
   வளர்த்தால் தீமையும் வளரும்

9. நன்மை வரும்போது நினையார் மாறுபாட்டை
   கேடு வர நாடுவார்

10. மாறுபாட்டால் பகைகொள்ள துன்பம் தொடரும்
    நட்புக்கொள்ள நன்மை தரும்

## 87 பகைமாட்சி

1.  வலியோரை எதிர்த்தலை நிறுத்தி எளியோரை
    எதிர்த்தலை உடனே கொள்க

2.  வலிமையின்றி துணையுமின்றி அன்பில்லா மக்களின்றி
    எதிரியை எதிர்ப்பது வீணே

3.  அறிவின்றி அஞ்சுவான் பண்பில்லா ஈயாதவனை
    எதிர்த்து அழிப்பது எளிது

4.  மனசினத்தை அடக்காமல் ரகசியத்தை மறைக்காதவரை
    எளிதாக வெல்வார் எதிரி

5.  பழிக்கும் அஞ்சாதுபண்பும் இல்லாதவரை
    பகைவன் அழிப்பது எளிது

6.  சிந்திக்காத சினமும் சீரழிக்கும் காமமும்
    இருப்பவரை வெல்லலாம் எளிதில்

7.  நம்மோடு இருந்தே நமக்கென செய்யாதவனை
    பொருள் கொடுத்தாவது பகைத்திடு

8.  குணமின்றி குற்றத்தோடு துணையும் இல்லாதவனை
    ஏதுமின்றி வெல்வது எளிது

9.  அறிவில்லாத கோழையாய் பகைவர் இருந்தால்
    வெற்றியெனும் இன்பம் விலகாது

10. கல்லாதவனை பகைத்துக்கொள்ளும் செயலைச்செய்ய
    இயலாத ஒருவனிடம் புகழிருக்காது

## 88 பகைதிறம்தெரிதல்

1. பகை உணர்வென்ற பண்பற்ற ஒன்றை
   விளையாட்டுக்கு கூட விரும்பாதே

2. வில்லேருடைய உழவரிடம் பகை கொண்டாலும்
   சொல்லாற்றலர் பகை வேண்டா

3. பகை கொள்வான் பலரையும் தனியாகவே
   ஆணவமும் அறிவற்றவனும் ஆவான்

4. பகையை நட்பாக மாற்றும் பண்புள்ளவனை
   உலகமே போற்றி புகழும்

5. தன்துணையின்றி பகைமை இருவரிருக்க ஒருவரை
   நட்பாக மாற்றுவது நலனே

6. தெரிந்தோ தெரியாமலோ இருந்தாலும் பகைவரை
   நெருங்காமலும் விலக்காமலும் விட்டுவிடுக

7. துன்பத்தை நண்பனிடம் சொல்லாதே பலவீனத்தை
   பகைவனிடம் காட்டி கொள்ளாதே

8. வகையான வலிமையும் தற்பாதுகாப்பும் முறையாயிருந்தால்
   பகைவனின் ஆணவம் ஒடுங்கும்

9. இளஞ்செடியில் களைந்திடு முள் மரத்தை வளர்ந்தால்
   கொல்வாரை குத்தும் பகையையபோல

10. எண்ணாதே பகைவரை ஏளனமாய் விட்டால்
    கொல்லுவாரே குறைந்த நேரத்தில்

## 89 உட்பகை

1. நிழல்நீரும் இனியதானாலும் துன்பம் தருபவையே
   அதுபோல் சுற்றமும் ஆகும்

2. வாள்போலான பகைவனுக்கு அஞ்சுதல் வேண்டாம்
   உட்பகையான உறவுக்கு அஞ்சு

3. உட்பகைக்கஞ்சி காத்துகொள் தளரும்போது மண்கலத்தை
   அறுப்பதுபோல் உறுதியாக அழிக்கும்

4. புறத்தே நட்பாகி அகத்தே உட்பகையால்
   சுற்றமும் சூழவிடாமல் செய்வார்

5. உறவோடு உட்பகை உண்டாக உயிரையும்
   போக்கும் துன்பமும் வரும்

6. நெருங்கியே இருந்தவர் உட்பகை கொண்டால்
   நம்மழிவை தடுப்பது அரிது

7. சிமிழும் மூடியும் சீராய் இருப்பதுபோல்,
   இருந்தாலும்,உட்பகையால் இருக்காதுறவு

8. உட்பகை உண்டான குடியழியும் அரத்தினால்
   தேய்க்கும் இரும்பை போல்

9. எள்ளின் பிளவுபோல் சிறியதாக இருந்தாலும்
   உட்பகையால் உள்ளதும் கெடும்

10. மனப்பொருத்தம் இல்லாதார் வாழ்க்கை குடிசையில்
    பாம்புடன் வாழ்வது போல

## 90 பெரியோரைபிழையாமை

1. வல்லவரின் ஆற்றலை இகழாதிருத்தல் காப்பதிலும்
சிறந்த காத்தல் அதுவே

2. பெரியோரை மதிக்காதோர் பெரியோரின் மனகசப்பால்
பெரிய துன்பம் தரும்

3. கெடல் வேண்டியே கேட்காது செய்வார்
பெரியோரை இகழ்ந்து பேசியே

4. ஆற்றலூடை பெரியோர்க்கு அறிவிலார் துன்பம்தர
முடிவுகளை தேடுவார் அவர்களே

5. அரசான பெரியோரால் கோபத்துக்கு ஆட்பட்டால்
எங்கே மறையவும் முடியாது

6. நெருப்பால் சுட்டாலும் பிழைக்கலாம் பெரியோரை
பழித்தோர் வாழ்வது அரிது

7. சினங்கொள்ள பெரியோர் அழிந்து நாசமாகும்
பெரும் பொருளும் வாழ்வும்

8. குன்றாய் உயர்ந்த பெரியோரை அழிக்க
நினைத்தாலே குலத்தோடு அழியும்

9. செங்கோலும் முறிந்து செயல்கெடும் பெரியோர்
சினங்கொள்ள ஆட்சியும் அழியும்

10. வசதியும் வலிமையும் இருந்தாலும் சான்றோர்
சினந்தால் பிழைக்க முடியாது

## 91 பெண்வழிசேரல்

1. மனைவின் பின்கிடந்தோர் பயனை அடையார்
   கடமையை வேண்டுபவர் விரும்பாதது

2. கடமையை விரும்பாமல் பெண்ணையே விரும்பினால்
   வெட்கித் தலைகுனிய வேண்டியதாகும்

3. இல்லாளிடம் இறங்கிடும் இழிதன்மை இருந்தால்
   நல்லோர்முன் நாணத்தை தரும்

4. மனைவிக்கு அஞ்சினவன் மறுபிறப்பு பலனுமின்றி
   செயல்திறனும் சிறக்காது உலகில்

5. மனையாளுக்கு அஞ்சுவான் என்றுமே நல்லவருக்கும்
   நல்லது செய்ய அஞ்சுவான்

6. தேவரைப்போல் வாழ்ந்தாலும் தேவதையான மனைவிக்கு
   அஞ்சுவோர் பெருமை இல்லாதவர்

7. பெண்ணேவல் செய்யும் ஆண்மையினும் பெரிதானது
   நாணப்படும் பெண்மையே சிறந்து

8. அழகுக்கு மயங்கினார் அறமும் அறியார்
   நண்பரையும் மதியார் ஒருநாளும்

9. அறமும் செயலும் பொருளும் கடமையும்
   பெண்ணேவல் செய்வோரிடம் நில்லாது

10. சிந்தனையும் செல்வமும் சேர்ந்த இடத்தில்
    மனைவியின் ஏவலுக்கு இயங்காது

## 92 வரைவின்மகளிர்

1. அன்பினால் விரும்பாது பொருளாசைபடும் பொதுமகளின்
   இனியசொல் துன்பமே தரும்

2. ஆதாயத்திற்காக அளவிட்டு அன்பாய் பேசும்
   பொதுமகளிர் சொல்லை நம்பாதே

3. பொருளை எண்ணியே பொய்யானத் தழுவல்
   இருட்டில் பிணத்தை தழுவுவதாய்

4. அருளுக்காக ஆராயும் அறியுடையோர் பொருள்
   விரும்பும் மாதரை தொடார்

5. மதியுடைய மாண்புடையோர் பொதுமகளிர் இன்பத்தை
   ஒருநாளும் வேண்ட மாட்டார்

6. அழகை விலையாக்கும் பொதுமகளிர் தோளை
   புகழுள்ள சான்றோர் தொடார்

7. பொதுமகளிரை புணருவார் ஆற்றலே இல்லாத
   நிலையயற்ற  மனவடக்கம் இல்லாதவர்

8. வஞ்சித்து தழுவும் பொதுமகளை அறிவற்றவர்
   காமமூட்டும் மாயாவி என்பர்

9. பொதுமகளிர் தோள் பொருந்தி வீழ்ந்திருப்பது
   நரகத்தின் சேற்றிலே கிடப்பதாய்

10. மதுவோடு மாதோடும் சூதோடும் வாழ்வார்
    திருமகளின் உறவு  அற்று

## 93 கள்ளுண்ணாமை

1. பகைவனும் அஞ்சான் மது குடிப்போரை
   மதிப்பென்று இருக்காது வாழ்வில்

2. மதுவுண்டால் மாண்பாகது உண்பவர் உண்ணலாம்
   நல்லோர் உறவு வேண்டாதவர்

3. ஈன்றவளுமே துன்பபடுவார் மது உண்போரை
   சான்றோர் எப்படி சகிப்பார்

4. வெட்கம் என்பதே விட்டு போய்விடும்
   மது உண்ணும் பெருங்குற்றத்தாரை

5. கைப்பொருள் கொடுத்து கள்ளுண்டு மயங்கினார்
   அறிவென்பது அறவே இல்லாதவர்

6. மதுவுண்டோரும் நஞ்சுண்டோரும் வேறல்ல தூங்குவோரும்
   இறந்தவர் போலவே என்பதால்

7. மறைந்திருந்து மதுவுண்பவரை நகைப்பார் ஊரார்
   சுழன்று மயங்கும் கண்களைப்பார்த்து

8. போதையே தெரியாதென்று பொய்யே சொன்னாலும்
   போதையில் சொல்லிடுவார் உண்மையை

9. நீரில் மூழ்கியவனை நெருப்போடு தேடுவதுபோல்
   மதுவுண்டவரை திருத்த நினைப்பது

10. மயக்கத்தில் ஆடுவோரை கண்டாலும் நமக்கும்
    இந்நிலை என்றுதான் உணரமாட்டாரோ

## 94 சூது

1. வெற்றியே இருந்தாலும் விரும்பாதே சூதானதை
   தூணடில்முள் தொண்டையில் போல்

2. ஒன்றைப் பெற்று நூற்றினை இழந்துபோகும்
   நலமேது சூது கொண்டோர்க்கு

3. பந்தையத்தில் பணையமும் பாடியாட கைப்பொருளும்
   காணாமல் போகும் எளிதில்

4. துன்பந்தரும் புகழழிக்கும் சூதைப்போல் வருமை
   தருவது வேறொன்று இல்லை

5. சூதாடும் இடமும் பொருளும் கைக்கொள்வார்
   இருந்தும் இல்லாதவராகி விடுவார்

6. உணவின்றி உழலுவார் சூதாட்டம் சூழ்ந்திட
   துன்பத்தில் துவண்டு போவார்

7. முன்னோர் செல்வமும் பண்பும் கெட்டழியும்
   சூதாட்ட இடத்தையே சூழ்ந்தவருக்கு

8. பொருளழியும் பொய்யுரைக்கும் இரக்கத்தைக் கெடுக்கும்
   துன்பத்தையும் தரும் சூது

9. புகழோடு பொருளும் உணவுடையும் கல்வியும்
   ஐந்தும் சேராது சூதாடியிடம்

10. துன்பத்தில் பெருகும் உயிராசை அதுபோல்
    தோற்க பெருகும் சூதாசை

## 95 மருந்து

1. மிகுந்தாலும்குறைந்தாலும் நோயாகுமென நூல்சொல்வது
   வாதம் பித்தம் கபம்

2. உண்டது செரிக்க உண்டால் மருந்தென
   ஏதும் வேண்டாம் உடலுக்கு

3. உண்டதை அளந்தும் உண்பதையும் அளந்தால்
   நெடுங்காலம் வாழும் வழி

4. பசித்தபின் புசித்தலும் செரித்தலும் அறிந்தே
   உண்ணு உடலுக்கு ஏற்றதை

5. ஒவ்வாத உணவை ஓரம் தள்ளி வைக்க
   துன்பம் இல்லை உயிருக்கு

6. அளவறிந்து உண்பாருக்கு இன்பம் நிற்கும்
   அளவிலார்க்கு துன்பமே நிற்கும்

7. பசியறியாது பலவகை உண்ண உண்ண
   நோய்களும் கேளாது வரும்

8. நோயறிந்து நோயின் மூலமறிந்து நோய்க்கு
   மருந்தரிந்து மருத்துவர் கொள்க

9. வயதளவும் பிணியளவும் காலமும் கற்றவர்
   நோயளவும் நோக்கவும் வேண்டும்

10. மருத்துவர் செவிலியர் மருந்தளிப்பவர் நோயாளி
    எனும் நாற்பிரிவே மருத்துவம்

## 96 குடிமை

1. நடுநிலை நாணமும் அடக்கமும் பண்பும்
   உள்ளோரே உயர் குடியாகும்

2. ஒழுக்கமும் வாய்மையும் நாணமும் தவறார்
   ஒருநாளும் உயர்குடி பிறந்தார்

3. இனியசொல்லும் இகழாமல் ஈகையும் முகமலர்ச்சியும்
   உயர்குடியின் உள்ள குணங்களாம்

4. கோடிபெறினும் நற்குடியார் கெடுக்காதார் குலபெருமை
   சிறந்த குடியோர் சிறப்பு

5. வழங்கும் தன்மையில் விலகமாட்டார் வறுமையே
   வந்தாலும் உயர் குடியார்

6. வஞ்சக செயலை வறுமையிலும் நினையார்
   மரபான மாசற்ற குடியோர்

7. உயர்குடியில் பிறந்தாவரின் குற்றம் நிலவின்
   குறைபோல் எல்லோருக்கும் தெரியும்

8. அன்பென்ற பண்பில் விலகிட ஐயப்படுவார்கள்
   அவர் பிறந்த குலத்தை

9. நிலதன்மையை விளைந்த பயிர் காட்டும்
   குலத்தன்மையை காட்டும் வாய்ச்சொல்

10. நன்மை வேண்டுவோருக்கு நாணம் வேண்டும்
    பணிவு வேண்டும் குடிபெருமைக்கு

## 97 மானம்

1. பெரிய சிறப்பான செயலாயினும் குடிபெருமை
   குன்றும் இழிசெயல் தவிர்த்து

2. புகழ் தேடும் பேராண்மை வேண்டுபவர்
   குடிபெருமை கெடுப்பார் இல்லை

3. உயர்நிலை வரும்போது அடக்கமும் வறுமையில்
   மானத்தின் உணர்வும் வேண்டும்

4. உதிர்ந்த ரோமமாய் கருதுவார் உயர்ந்தோர்
   பெருமையில் தாழ்ந்த போது

5. குன்றாய் வாழ்ந்தாலும் குன்றிமணியளவு குற்றம்
   செய்தாலும் குன்றும் மானம்

6. மானத்தை விட்டுவிட்டு உயிர்வாழ எப்பிறவியிலும்
   விண்ணுலகும் புகழ் தராது

7. இகழ்பவரிடம் பொருள் பெற்று உயிர்
   வாழ்வதினும் இறப்பதே மேல்

8. இறவாமைக்கு மருந்தேது இருப்பினும் உயிர்வாழ
   மானத்தை இழப்பது மருந்தாகுமா

9. மயிர்நீக்க வாழாது கவரிமான் அதுபோல்
   மானமழிய வாழார் உயர்ந்தோர்

10. மானமழிய இறந்தார் அவரை உயர்ந்தோரென
    உலகமே பாராட்டி புகழும்

## 98 பெருமை

1. வாழ்க்கைக்கு ஒளிதருவது ஊக்கமாகும் ஊக்கமின்றி
   உயிர்வாழ்வது இழிவு தருவதாகும்

2. எல்லா மக்களும் பிறப்பால் சமமே
   செய்யும் தொழிலால் சிறப்புறுமே

3. மேலிருந்தும் பண்பற்றவர் மேலோர் அல்லர்
   பண்பிருக்கும் கீழோரும் மேலோரே

4. தன்னிலை தவறாமலே வாழ்பவனுக்கு கற்புகரசியின்
   பெருமையும் புகழும் கிடைக்கும்

5. பெருமை உடையவர் பெருஞ்செயல் முடிப்பான்
   அருமையான வழியில் அதுவும்

6. பெருமையுடையோரை போற்றுவோம் என்கிற நல்லெண்ணம்
   சிறியோர் மனத்தில் இருக்காது

7. சீரற்ற கீழ்மக்களிடம் சிறப்பான நிலைவந்தால்
   வரம்புமீறும் அவர்களது செயல்

8. பெருமையுடையோர் பணிவார் எக்காலத்திலும்
   சிறுமையுடையோர்
   செருக்கோடு வியப்பார் தன்னைத்தானே

9. பெருமையின் பண்போ செருக்கின்றி வாழ்தல்
   சிறுமையோ செருக்கே மிகுந்து

10. பெருமை பண்போ பிறரின் குறைமறைக்கும்
    சிறுமையோ குறையை எடுத்துரைக்கும்

## 99 சான்றாண்மை

1. கடமை என்பதை கடனென உணர்வது
   இயல்பாகவே இருக்கும் சான்றோருக்கு

2. அழகெல்லாம் அழகல்ல அகமும் புறமும்
   குணத்தின் அழகே அழகு

3. அன்போடு நாணம் ஒழுக்கமும் இரக்கமும்
   வாய்மை ஐந்தும் சான்றோர்க்கு

4. உயிரை கொல்லாதது அறத்தழகு அடுத்தவரின்
   குறையை சொல்லாதது சான்றோர்க்கழகு

5. பணி செய்வோரை பணிவுடன் நடத்துவார்
   சான்றோர் நண்பராக்குவார் பகைவரையும்

6. உரைக்கல்லாய் தெரிவதே சான்றோர்க்கு சமமில்லாத
   சிறியோரிடமும் தோல்வியை ஏற்பதே

7. தீமை செய்வோர்க்கும் திரும்பி நன்மை
   செய்யாதோர் இல்லார் சான்றோராய்

8. சான்றான்மையெனும் வலிமையை சார்ந்து இருப்போர்க்கு
   வறுமை என்பதே வருவதில்லை

9. கடலுக்கு கரை மாறும் காலமும் மாறும்
   சான்றோர்க்கு குணம் மாறாது

10. சான்றோரின் பண்பில் சற்றே குறைந்தாலும்
    தாங்காமல் அழியும் பூமி

## 100 பண்புடைமை

1.  பண்புடைமையாவது எளிதில் எவரையும் சேர்ந்து
    பண்பெனும் ஒழுக்கம் அடைவது

2.  உயர்ந்த குடிதன்மை பேரன்பை கொடுப்பதே
    பண்பெனும் வாழ்வின் பயன்

3.  ஒத்திருப்பது உடம்பால் ஆகாது ஒருவரைப்போல்
    பண்பால் ஒத்திருப்பதே சிறப்பு

4.  அறமும் நீதியும் நெறியும் பிறருக்கென
    உதவிடும் பண்போர் பெரியோர்

5.  விளையாட்டுக்கு இகழ்வதும் வேதனை தரும்
    பகைவரையும் இகழார் பண்புடையோர்

6.  பண்புடையோர் சார்ந்தியங்கும் உலகம் அதுவன்றி
    மண்ணுக்குள் புகுந்து மடியும்

7.  அரம்போன்ற அறிவு பெற்றோரும் பண்பிழக்க
    மரம்போன்ற மனிதரே ஆவார்

8.  பகைமை கொண்டு தீமையே செய்பவருக்கும்
    பண்பற்றவராய் வாழ்வது இழுக்கே

9.  பண்போடு பழகும் இயல்பு இல்லாதவர்கள்
    பகலிலும் இருளில் வாழ்பவரே

10. பண்பில்லாதவன் செல்வம் கெடுமே பற்றான
    பாத்திரத்தில் பால்கெட்டது போல்

## 101 நன்றியில்செல்வம்

1. அளவில்லா செல்வம் இருந்தும் உண்ணாதிருப்பவன்
   உயிராய் இருந்தும் இறந்தவரே

2. தானும் உண்ணாமல் பிறருக்கும் கொடுக்காமல்
   பொருள் படைத்தவன் இழிபிறவியே

3. புகழழை விரும்பாது பொருளையே விரும்பும்
   மக்கள் மண்ணிற்கு பாரமே

4. பிறருக்கு கொடுக்காதவன் எதற்கும் உதவாதவன்
   இறந்தபின் என்ன நிற்கும்

5. அடுத்தவருக்கும் கொடுக்காமல் சேர்த்த பொருள்
   கோடியாய் இருந்தும் பயனில்லை

6. உதவாமலும் உண்ணாமலும் பொருள் சேர்பவருக்கு
   அது ஒரு நோயாகும்

7. வறியவருக்கு வழங்காத செல்வம் அழகானபெண்
   மணமாகமலே முதுமை ஆனதுபோல

8. ஊராரே விரும்பாதவனின் செல்வம் ஊரின்
   நடுவே விஷமரம் பழுத்ததுபோல்

9. அன்பெனும் பண்பிலார் அறமின்றி சேர்த்ததை
   கொள்ளை கொண்டு போவார்

10. கொடுத்து புகழ் கொண்டாரின் வறுமை
    மழைமேகமே வறுமையானது போல்

## 102 நாணுடைமை

1.	தகாததை செய்ததற்கு நாணுவதே நாணம்
	மற்றவை பெண்களின் வெட்கமே

2.	உணவுடை ஒன்றாகும் எவ்வுயிர்க்கும் பொதுவாகும்
	மக்களின் சிறப்பே நாணமாகும்

3.	உடலுடன் உறைவதே உயிராகும் அதுபோல்
	உணர்வுடன் கலந்தது நாணமாகும்

4.	அணிகலன் சான்றோருக்கு நாணுடைமை அதுவன்றி
	அவர்களின் நடை நோயாகும்

5.	தம்பழிக்கும் பிறர்பழிக்கும் நாணுவார் உலகத்தில்
	நாணயத்தின் உறைவிடம் ஆவார்

6.	நாணத்தை கொள்வாரே நல்லோர் பாதுகாப்பாய்
	பரந்த உலகத்தை கொள்ளாமல்

7.	நாணத்தோர் மானத்தை காக்க உயிர் விடுவார்
	உயிரைகாக்க மானத்தை அல்ல

8.	வெட்கப்பட வேண்டியவர் வெட்கப்படாமல் இருந்தால்
	அறநெறி வெட்கப்பட்டு அகலும்

9.	ஒழுக்கம் கெட்டால் குடும்பம் கெடும்
	நாணம்கெட நலம் கெடும்

10.	மனதில் வெட்கமில்லா மனிதரெல்லாம் மரபொம்மை
	கயிரால் ஆடியது போல்

## 103. குடிசெயல்வகை

1. குடிப்பெருமை ஓங்கிட தன்கடமையில் சோராதவனுக்கு
   பெருமையிலும் பெருமை உண்டு

2. ஆழ்ந்த அறிவும் விடாமுயற்சியோடு பாடுபட்டால்
   அவனை சேர்ந்தகுடி சிறக்கும்

3. நாட்டையும் குடியையும் உயர்திட உழைப்போனுக்கு
   தெய்வமும் துணையாய் நிற்கும்

4. குடியை உயர்த்திட காலம் கடத்தாதவருக்கு
   தாமாகவே சேரும் வெற்றி

5. குடிவளரவே குற்றமின்றி பாடுபடுபவன் சுற்றமென
   சூழ்ந்து கொள்வார் ஊரார்

6. நல்லாண்மை என்பதே நாட்டையும் குடியையும்
   ஆளும்தன்மையை ஆக்கி கொளல்

7. அஞ்சாதவீரன் களத்திலே வெல்வார் அவர்போல்
   ஆற்றலரே குடியும் காப்பார்

8. காலத்தின் அளவில்லை குடியை உயர்த்த
   சோம்பிட குடிபெருமை கெடும்

9. குடியையும் நாட்டையும் துன்பத்தில் காப்பவன்
   இன்பமின்றி துன்பமே சூழும்

10. துன்பத்தில் தாங்காத பிள்ளைகள் இல்லாதகுடி
    கோடாலி வெட்டியமரமாய் சாயும்

## 104. உழவு

1. உலகமே பலதொழிலில் சுழன்றாலும் உழவால்
   துன்புற்றாலும் உழவே முதன்மையானது.

2. உழவு செய்யாதவரையும் உயிர் காப்பதால்
   உலகுக்கு அச்சாணி உழவு

3. உழுது வாழ்பவரே உயர்ந்தவர் மற்றவர்
   அவரை கைதொழுது நிற்பவர்

4. பலகுடையும் தன்குடையில் தாங்குவார் நெல்தரும்
   உழவெனும் உயர் தொழிலாளர்

5. உழுதுண்பார் ஒருநாளும் இரவார் மற்றவர்
   இரந்தாலும் தட்டாமல் தருவார்

6. ஆசையை அழித்த துறவியும் உணவிற்கு
   உழவரின் கையை நோக்கியே

7. ஒருபலம் புழுதி கால்பலம் உழதுகாய
   ஒருபிடி எருவுமின்றி விளையும்

8. உழுவதை காட்டிலும் உரமிட்டு களையெடுத்து
   நீரிட்டு காப்பது சிறப்பு

9. தினமும் காணாத நிலமும் வெறுப்புற்ற
   மனைவிபோல் விளையாமல் போகும்

10. ஏதுமில்லை என்று சோம்பி இருப்பவரை
    ஏளனமாய் சிரிப்பாள் பூமியாள்

## 105. நல்குரவு

1. வறுமையினும் பெருந்துன்பம் உலகத்தில் எதுவென்றால்
   வறுமையே பெருந்துன்பம் ஆகும்

2. இல்லாமை என்கிற பாவி இருந்துவிட்டால்
   எப்பிறவியிலும் இன்பம் இல்லை

3. வறுமையில் பேராசை வந்துவிட்டால் பரம்பரைப்
   பெருமையையும் புகழையும்கெடுக்கும்

4. நல்குடி பிறந்தவரினும் வறுமையால் இழிசொல்
   பிறக்கும் சோர்வும் தந்துவிடும்

5. இல்லாமையென்கிற வறுமையால் துன்பங்களே தோன்றும்
   எல்லா துன்பங்களும் அடங்கும்

6. நற்சொல்லை நன்குணர்ந்து சொல்லினும் இல்லாதவன்
   சொல் ஏளனமாய் போகும்

7. வறுமையில் இருப்பவன் அறநெறி தவறிட
   பிறர்போல் நோக்குவார் பெற்றதாயும்

8. நேற்று கொன்றத்துப்போல் வறுமை இன்றும்
   கொல்லுமோவென்றே வருந்துவார் வறியவர்

9. நெருப்பிலும் தூங்க முடியும் ஒருவனால்
   வறுமையில் தூங்க முடியாது

10. இல்லாதவன் இல்லறத்தை துறக்காமல் இருப்பது
    உப்புக்கும் கஞ்சிக்கும் கேடாகும்

## 106 இரத்தல்

1. இடதக்கவரிடம் இரத்தல் வேண்டும் இருந்தும்
   இல்லையென்றுரைக்க அவருக்கே பழியாகும்

2. இரத்தலும் இன்பமாய் கிடைக்குமானால் இரத்தலும்
   கொடுத்தலும் இன்பமே ஆகும்

3. ஒளிக்காத உள்ளமும் கடமையும் உடையோரிடம்
   வறுமையால் இரப்பதும் பெருமையே

4. இருப்பதை மறைப்பதை கனவிலும் நினையாதாரிடம்
   இரப்பது பிறருக்கு கொடுப்பதுப்போல்

5. இல்லையென்று கொடுப்போர் இருப்பதால்தான் உலகில்
   வறுமை கொண்டோர் இரக்கிறார்கள்

6. இருப்பதை மறைக்காமல் கொடுப்பவரை கண்டாலே
   இரப்போரின் துன்பம் அழியும்

7. இகழாமல் இழித்து பேசாத வள்ளலை
   கண்டாலே மகிழ்வார் இரப்போர்

8. இரப்பாரை நெருங்கவிடாத மனிதருக்கும் மரபொம்மைக்கும்
   வேறுபாடே இல்லை உலகில்

9. இரந்து பெறுபவர் இல்லாதபோது பொருள்
   கொடுத்து வாங்கும் புகழேது

10. இல்லையென்றால் இரப்பவன் கோபம் கொள்ளாமல்
    கொடுப்பவர் நிலைமையும் உணரவேண்டும்

## 107 இரவச்சம்

1. இருப்பதை மறைக்காமல் இரக்கம் உள்ளவரிடம்
   இரக்காமல் இருப்பது கோடியுரும்

2. இரந்து உயிர்வாழ்தல் வேண்டின் படைத்தவன்
   இரப்பவனாய் எங்கும் அலையட்டும்

3. வறுமை துன்பத்தை இரந்து தீர்ப்போமென்ற
   எண்ணம் கொடுமையிலும் கொடுமை

4. வறுமையிலும் வழியில்லாமல் பிறரிடம் இரக்காத
   மனம் எதற்கும் ஈடாகாது

5. கஞ்சியே ஆனாலும் வறுமையில் இரவாது
   உழைத்து குடிப்பதே இன்பம்

6. பசுவிற்கு நீர்வேண்டி இரத்தலும் பிச்சையாதலால்
   நாவிற்கு இழிவானது வேறில்லை

7. இரப்பாரிடம் இல்லை என்போரிடம் இரக்க
   வேண்டாமென இரந்து கேட்கிறேன்

8. இருப்பதை மறைக்கும் கல்நெஞ்சில் இரத்தலெனும்
   தோணி மோதி உடையும்

9. இரப்போரை நினைக்க உள்ளமுருகும் மறைப்போரை
   நினைக்க உள்ளம் அழியும்

10. இல்லையென்றாலே இரப்போர் உயிருறுகும் இல்லை
    என்போருக்கு உயிர் என்னவாகும்

## 108. கயமை

1. மக்களை போன்றே ஒத்திருப்பார் மனதில்
   கயவர் மனிதரில் மட்டுமே

2. கவலை படாதவரென்பதால் கயவர் செல்வத்திலும்
   சிந்தனை உடையோரினும் சிறந்தவர்

3. கட்டுப்பாடின்றி கண்டபடி வாழ்வார் கயவர்
   தேவரைப்போல் அவரும் ஒன்றே

4. இழுவிலும் இழிவானவரை கண்டால் கயவர்
   இருமாப்பார் அவர்கள் கீழென்று

5. விரும்புவதை அடைந்திட நடிப்பார் கயவர்கள்
   பயத்தில் ஒழுக்கமாய் ஓரளவு

6. அறையும் பறையாய் அடித்து சொல்வார்கள்
   இரகசியத்தை கேட்ட மாத்திரத்தில்

7. அடித்து கேட்போருக்கு தருவார் கயவர்
   உண்ட கையை உதறமாட்டார்

8. கேட்டதும் கிடைக்கும் நல்லோரிடம் கயவரிடம்
   கரும்பாய் பிழிந்தாலே கிடைக்கும்

9. உண்டாலும் உடுத்தாலும் பொறமைகொள்வர் பிறர்மீது
   குற்றமே சுமத்துவார் கயவர்

10. தன்னையும் தம்பொருளையும் விற்பான் கயவன்
    தன்துன்பம் தணித்து கொள்ள

## 109. தகைஅணக்குறுத்தல்

1. தேவாபரணிந்த தேவதையோ மனிதபெண்ணோ மயிலோ
   அவளால் மனம் மயங்குகிறதே

2. நோக்கினாள் நோக்குவது தாக்குவது போல் அதனினும்
   சேனைக்கொண்டு தாக்குவது போலும்

3. எமனறியேன் இப்போது கண்டேன் பெண்ணுருவில்
   பெரிய கண்களால் கொல்லுமது

4. பெண்மையே மென்மையாக இருப்பினும் கண்கள்
   உயிர் உண்ணுகிறதே எப்படி

5. எமனோ கண்ணோ பெண்மானோ இவளின்
   பார்வை இம்மூன்றாய் இருக்கிறதே

6. வளைந்த புருவங்கள் நேராக மறைத்திருந்தால்
   நடுங்காது மனம் கண்களுக்கு

7. சாயாதமுலை மேலிட்ட ஆடை மதயானை
   முகமிட்ட முகப்படாம் போன்றுள்ளதே

8. களத்தில் கலங்குவாரென் வலிமை வளையாது
   இவளின் நெற்றிக்கு வளைந்ததே

9. பெண்மான் இளமையும் நாண பார்வையும்
   அணிந்தவளுக்கு அணிகலன் ஏனோ

10. மதுவுண்டால் மயக்கம் வரும் காதல்
    கண்டாலே மயக்கம் வரும்

## 110 குறிப்பறிதல்

1.  மைகண்களின் நோக்கம் இருநோக்கமாகிறது ஒன்று
    நோயாகவும் நோய்க்கு மருந்தாகவும்

2.  கண்ணால் நோக்கும் களவு பார்வை
    காமத்தில் சரிபாதியிலும் பெரிது

3.  நோக்கினாள் நோக்கியதும் குனிந்தாள் நாணத்தில்
    அன்புக்கு ஊற்றிய நீராய்

4.  நான்நோக்க நிலத்தை நோக்குவாள் நோக்காதபோது
    நோக்கியே சிரிப்பாள் பார்த்து

5.  நேராக பார்க்காமல் கண்ணை சுருக்கியே
    பார்த்து தனக்குள் மகிழ்வாள்

6.  அயலார்போல் அன்பில்லாது பேசினாலும் அகத்தில்
    காதலென்பது கண்டு அறியப்படும்

7.  பகைவரின் சொல்போல் பார்வையும் புறத்திருக்கும்
    அகத்தினில் காட்டுவார் அன்பை

8.  யான்நோக்க சிரிப்பாள் யாரோபோல் மனதுக்குள்
    அச்சிரிப்பில் அவளும் அழகாய்

9.  புறத்தே அயலார்போல் அன்பில் நோக்கத்தோடு
    புழங்குவார் பொதுவான இடத்தில்

10. கண்ணோடு கண் நோக்கி காதலுற
    வாய்பேச்சுக்கு வாய்ப்பில்லை அங்கே

## 111 புணர்ச்சி மகிழ்தல்

1. ஐம்புலனின் இன்பமும் ஒளிமிகுந்த வளையலிடும்
   மனைவியிடம் மட்டுமே உள்ளன

2. பிணிக்கு மருந்து பிறவாகும் இவளின்
   நோய்க்கு இவளே மருந்து

3. விரும்புவோர் மடியில் துயில்வதினும் இனிமையோ
   தாமரை கண்ணனின் உலகம்

4. நீங்கினால் சுடுகிறது நெறுங்கினால் குளிர்கிறது
   இவளெங்கு பெற்றாள் புதுமைதீயை

5. மலரணிந்த கூந்தலாள் தோள்தரும் இன்பம்
   விரும்பும் பொருள்தரும் இன்பமாய்

6. அணைக்கும்போது உயிர் தழைக்குது அதனால்
   அமிழ்தத்தால் ஆனதோ அவள்தோள்

7. உழைத்ததை கொடுப்பதில் உண்டாகும் இன்பம்
   காதல் மனைவியை அணைப்பதுபோல்

8. கட்டி அணைப்பில் காற்றும் தோற்க
   இறுகும் இன்பம் இருவருக்கும்

9. ஊடல் ஊடலை உணர்தல் அதன்பின்
   கூடலால் அதிகமாகும் காமம்

10. அறியாதவையை அறிவதுபோல் அணிகலன் பூண்டவளிடம்
    அறிவது எப்போதும் புதியதாக

## 112 நலம் புனைந்து உரைத்தல்

1. மென்மையிலும் மென்மையான அனிச்சமே உன்னிலும்
   மென்மை ஆனவள் என்னவள்

2. மலரைகாண மயங்கும் நெஞ்சமே இவளின்
   கண்கள் பலர்காணும் மலர்போல

3. முத்துபல் மூங்கில்தோள் தளிர்மேனி நறுமணத்தோடு
   மைவிழியாள் என் காதலி

4. என்னவளை கண்டதும் குவளையும் தலைகவிழும்
   அவளது கண்ணாய் ஆகவில்லையென்று

5. பறையும் ஒலிக்காதினி இடையொடிந்தாள் அனிச்சத்தை
   காம்போடு சூடிய காரணத்தால்

6. அவளின் முகத்திற்கும் நிலவிற்கும் வேறுபாடு
   தெரியாமல் சுற்றும் விண்மீன்கள்

7. நிலவது தேயும் வளரும் என்னவள்
   முகநிலவில் அக்களங்கம் இல்லையே

8. நிலவே நீயென்னை அடைய வேண்டினால்
   அவள்போல் பிரகாசிக்க வேண்டும்

9. மலர்கண்ணாள் போலவே நிலவே தோன்ற
   தோன்றாதே பலரின் முன்னால்

10. அனிச்சமும் அன்னத்தின் இறகும் என்னவளின்
    பாதத்தில் நெருஞ்சாய் தைக்குமே

## 113 காதற்சிறப்புரைத்தல்

1. இனிமையாய் பேசுகிறவளின் பற்களிடை உமிழ்நீர்
   பாலோடு தேன் கலந்ததுபோல்

2. உடலும் உயிரும் பிரிவதில்லை ஒன்றையொன்று
   அதுபோலவே அவளும் நானும்

3. கண்ணின் கருமணியே போய்விடு என்னவள்
   தங்கிட இடம் போதவில்லை

4. கூடும்போது உடம்புக்கு உயிரானாள் பிரியும்போது
   உயிர் பிரியும் உடம்பானாள்

5. பண்புடையாள் குணங்களை நினைப்பதே இல்லை
   மறந்தால்தானே அதை நினைப்பதற்கு

6. கண்ணிலிருந்து போகார் காதலர் இமைத்தாலும்
   பிறர் அறியாத நுட்பமானவர்

7. கண்ணில் உள்ளார் காதலர் கண்ணுக்கு
   மைதீட்டேன் மறைந்து விடுவாறென்று

8. நெஞ்சில் இருக்கிராரவர் சூடாக உண்பதில்லை
   சுட்டு விடும் என்பதனால்

9. கண்மூட மறைவாரென்று இமைக்காமல் இருக்கிறேன்
   ஊரார் தூற்றுகிறார் அவரை

10. உள்ளத்தில் வாழ்கிறார் ஊரார் அறியாமல்
    பழிக்கிறார் அன்பின்றி பிரிந்தாரென்று

## 114 நாணுத்துறவுரைத்தல்

1. காதல் இல்லாது காமத்தில் வருந்துவோர்
   மடலூறுதலின்றி மாற்று வழியில்லை

2. காதலால் காமத்தின்பிரிவை தாங்காதோர்
   நாணமறந்து மடலூற துணிந்து

3. ஆண்மையும் நாணமும் அழிந்ததோ காதலால்
   மடலூற நினைக்கும் மனம்

4. காதலின் காமமென்றவெள்ளத்தில் அடித்துசெல்லும்
   தோணியாம்ஆண்மையும் நாணமும்

5. மாலையில் மயக்கம் தருபவள் மடலூற
   தந்தாளே காமத்தில் பிரிந்து

6. காமத்தில் கண்ணுறங்காமல் காத்திருக்கிறேன் காதலிக்கு
   இரவிலும் மடலூற எண்ணியே

7. கடல்போன்ற காமத்தில் வருந்தியும் மடலேறாது
   பெண்மையின் பெருமையே பெரிது

8. அடக்கமானவள் இரக்கமானவள் என்றே இருந்தாலும்
   காதல் காட்டிவிடும் ஊருக்கு

9. அமைதியானதால் அறியாத காதல் என்றெண்ணி
   தெருவெல்லாம் சுற்றி திரிகிறது

10. காதல் நோயை அறியாதோர் நகைப்பார்
    அந்நோய் அவர்கள் அறியாததால்

## 115 அலர்அறிவுறுத்தல்

1. தூற்றுவதால் வளருதே காதல் உயிர்
   போகாமல் இருப்பதும் அதனாலே

2. மலர்கண்ணாள் மகிமை தெரியாதவர் எளியவளென்றே
   தூற்றியே எமக்குதவி செய்தனர்

3. தூற்றுவதால் நெருங்கியது தூரயிருந்த காதல்
   தூற்றுவதால் இன்பமே எங்களுக்கு

4. காமமென்று தூற்றியே காதல் வளர்ந்தது
   இல்லையேல் வளமிழந்து வாடியிருக்கும்

5. கள்ளுண்ட மயக்கத்தை விரும்புவதுபோல் காதலை
   தூற்றுதலும் இன்பமாய் மனதுக்கு

6. காதலர் கண்டது ஓர்நாள் தூற்றலோ
   பாம்புண்ட நிலவாய் பரவியது

7. தூற்றலே எருவாகவும் அன்னைசொல்லே நீராகவும்
   வளருதே காதல் வளமாக

8. தூற்றியே அழிப்போம் காதலை என்பது
   நெய்யூற்றி நெருப்பை அனைப்பதாய்

9. பிரியேனென்ற உறுதியோடு சென்றார் காதலர்
   நாணுவது வேண்டுமோ தூற்றலுக்கு

10. நான்விரும்பும் காதலை தூற்றுகிறார் ஊரார்
    அவரும் அதையே விரும்புவார்

## 116 பிரிவு ஆற்றாமை

1. செல்லாதிருந்தால் சொல் திரும்பி வருவேனென்பதை
   வரும்போது வாழ்வார்க்கு சொல்

2. கண்களால் தழுவுவதே காதலானது உடலால்
   தழுவியும் பிரிவையெண்ணி துடிக்கிறது

3. அறியும் ஆற்றல்யுடைய அவரும் பிரிவாரென்றால்
   அவரன்பை அறிய முடியவில்லை

4. பிரிந்திடேன் அஞ்சாதென சொல்லி பிரிந்தால்
   அவரை நம்பியதில் பிழையென்ன

5. பிரிந்தவர் கூடுதல் பிறகெளிதல்ல பிரியுமுன்
   பிரியாமல் காத்திடல் நலம்

6. பிரிகிறேனென்று சொல்லும் கொடுநெஞ்சன் என்னிடம்
   அன்பென்ற ஆவலும் வீணே

7. பிரிவால் மெலிந்து கைவளை கழன்று
   காட்டுமோ பலருக்கும் பிரிவை

8. அவனில்லாயூரில் வாழ்வது கொடுமை அதனினும்
   கொடுமை பிரிந்து வாழ்வது

9. தொட்டால் சுடுவது நெருப்பாகும் பிரிந்தாலே
   சுடுவது காதலின் நெருப்பு

10. பிரிந்த துன்பத்திலும் அறியவகை செயலாற்றி
    வாழும் பெண்களும் உளர்

## 117 படர்மெலிந்திரங்கல்

1. இறைக்க பெருகும் ஊற்றுநீராய் மறைக்க
   பெருகும் காதல் நோய்

2. காமத்தை மறைக்கவும் முடியாமல் காரணமான
   காதலனிடம் உறைக்கவும் நாணமாகிறதே

3. காமநோயும் நாணமும் உயிர் தாங்குமுடலில்
   காவடியாய் இரண்டு பக்கமும்

4. காமமும் கடலாய் சூழுகிறதே கடக்கும்
   தோணிதான் இங்கு இல்லை

5. நட்பிலேயே பிரிவு துன்பம் தருகிறார்
   பகைத்தால் என்னத்தான் செய்வாரோ

6. காதலின்பம் கடல் போன்றது காதலின்
   பிரிவோ கடலினும் பெரிது

7. காமக்கடலை நீந்தி கடக்க முடியவில்லை
   இரவிலும் தூங்காமல் தவிக்கிறேன்

8. உயிரெல்லாம் உறங்க செய்யும் இரவுக்கு
   என்னை தவிர துணையில்லை

9. கொடுமையாய் தோணுதே இரவும் நீளுதே
   பிரிவின் கொடுமையினும் பெரிதாக

10. மனம் செல்லுமே மன்னனிடம் கண்களும்
    செல்லுமானால் கண்ணீரில் நீந்தாது

## 118. கண்விதுப்பழிதல்

1.	கண்களால்தான் காதல் வந்தது காதலரை
	கேட்டு கண்கள் அழுவதேன்

2.	ஆராயாமல் காதலுண்ட கண்கள் காதலர்
	பிரிந்தால் துன்பத்தில் அழுவதேன்

3.	பாய்ந்து பார்த்து மகிழ்ந்த கண்கள்
	தாமாகவே அழுவது நகைப்பே

4.	தீராத காமநோயை தந்துவிட்ட கண்கள்
	நீர்வற்றி அழாமல் நிற்கிறது

5.	கடலினும் பெரிதான காமநோயால் கண்கள்
	தூங்காத துன்பத்தில் வருத்தமாய்

6.	காமநோய்க்கு காரணமான கண்களே என்னைப்போல்
	தூங்காமல் வாடுவதே மகிழ்ச்சியே

7.	இழைந்து குழைந்த கண்கள் அவரில்லாததால்
	துளி கண்ணீருமற்று தூங்காமல்

8.	உள்ளதாலன்றி உதட்டளவு பழகிய நல்லவரை
	காணாமல் கண்களுக்கு அமைதியில்லை

9.	வரவில்லையென்று தூங்காமல் வந்தபின்னும் தூங்காமல்
	தூங்காத துன்பம் கண்களுக்கே

10.	பறைபோல் அறைந்து துன்பத்தை காட்டும்
	கண்களால் ஊராரே அறிவார்

## 119. பசப்புறு பருவரல்

1. பிடித்தவரை பிரித்து அனுப்பினேன் பிடித்தது
   பசலையென பிறரிடம் சொல்வதெப்படி

2. அவர்தந்த பசலையும் ஆசையால் என்னுடலில்
   பெருமையாய் பொங்கி படருதே

3. காதலையும் பசலையும் கொடுத்துவிட்டு கைமாமாறாய்
   அழகோடு வெட்கத்தை எடுத்துகொண்டார்

4. நினைப்பதும் உறைப்பதும் நேர்மைபற்றியே இருப்பினும்
   எப்படி வந்தது பசலை

5. எனைபிரிந்து கடக்கவில்லை காதலன் அதற்குள்
   அப்படியே படரும் பசலை

6. ஒளிகுறைய இருள் பெருகும் தலைவன்
   பிடிதளற பசலை படருதே

7. தழுவி கிடந்தேன் தள்ளி படுத்தேன்
   அள்ளிகொண்டது அப்படியே பசலை

8. பசலை வந்ததென பழிக்கிறார்கள் வருவதற்கு வழியான
   காதலனை பழிக்க யாருமில்லை

9. நல்லவர் பிரிந்திட சம்மதிக்க வைத்தாரெனை
   நலமாயிருக்க படரட்டும் பசலை

10. பிரிந்தாரென தூற்றாமல் பெற்றாளிவள் பசலையென
    பெயரை பெறுவதும் பெருமையே

## 120. தனிபடர்மிகுதி

1. தாம்விரும்பும் காதலர் தன்னை விரும்பினால்
   விதையில்லா கனி பெற்றதுபோல்

2. உற்ற நேரத்தில் காதலின் சந்திப்பு
   உற்ற பருவநேர மழைப்போல

3. காதலன்பினால் கட்டுண்டு இணைபிரியாது
   காதலினிதென பெருமை கொள்வார்

4. தாம்விரும்பும் காதலன் தன்னை விரும்பாதவராயின்
   தீவினைக்கு ஆனவளே அவள்

5. நாம்விரும்பும் காதல் நம்மை விரும்பாதபோது
   ஏதுமில்லை இன்பம் அங்கே

6. ஒருதலை காதல் கொடுமையானது காவடிபோல்
   இருபக்கபாரம் வேண்டும் காதலுக்கு

7. காதலின் நோயோடு பசலையையும் அறியானோ
   காமன் ஒருதலையாய் இருப்பதால்

8. இனியசொல் கேட்காத காதலில் வாழ்பவரினும்
   கல்நெஞ்சம் உடையவர் யாருமில்லை

9. அன்பற்ற காதலரை அடைந்திருந்தாலும் அவரின்
   புகழ் செவிக்கு செந்தேனாய்

10. அன்பிலாதவரிடம் ஆறுதல் தேடுவதினும் ஆழமான
    கடலை மூடுதல் எளிது

## 121. நினைத்தவர் புலம்பல்

1. பிரிந்தும் காமம் பெருமகிழ்ச்சி தருவதால்
   கள்ளினும் காமம் இனிதே

2. பிரிந்த காதலனை நினைத்தாலே துன்பம்
   வராததால் காதல் இனிது

3. நினைப்பதுபோல் நினையாமல் விடுகிறார்போல்
   வருவதுபோல் நிற்கிறது தும்மல்

4. நெஞ்சில் நிற்கிறார் காதலர் அதுபோல்
   அவர் நெஞ்சில் நாணுண்டா

5. எம்நெஞ்சில் புகுந்து கொள்வார் நாணமின்றி
   அவர் நெஞ்சில் இடமின்றி

6. சேர்ந்திருந்த நாட்களை நினைத்தே வாழ்கிறேன்
   வேறெதை நினைத்து வாழ்வது

7. மறக்காமல் நினைக்கும்போதே சுடுகின்றது பிரிவு
   நினைக்காமல் விட்டால் என்னாகுமோ

8. எவ்வளவு நினைத்தாலும் சினம் கொள்ளார்
   அவர் செய்யும் பேருதவியது

9. வேறல்ல ஒருவரே என்றே பிரிந்தார்
   என்னுயிர் மெல்ல போகிறது

10. பிரியாத காதலர் பிரிந்தாரெனை தேடி பிடிக்க
    நிலவே மறையாமல் இர

## 122. கனவு நிலை உரைத்தல்

1.  காதலர் தூதோடு காணவந்த கனவுக்கு
    என்ன விருந்து படைப்பதோ

2.  நினைத்தபோது தூங்கிட வரும் கனவில்
    காதலருக்கு உரைப்பேன் உயிரோடுள்ளேனென

3.  நனவில் வராத காதலரை கனவிலாவது
    காண்பதால் பிழைத்திருக்கிறது உயிர்

4.  நனவில் வராதவரை தேடிப்பிடித்து காட்டும்
    கனவால் காதலின்பம் பெருகுகிறது

5.  நனவில் இன்பமும் கனவின் இன்பமும்
    இனிதாயிருக்கிறது இரண்டும் எனக்கு

6.  நனவு கெடுக்காமல் கனவிலே விட்டால்
    காதலர் பிரியாமல் இருப்பார்

7.  நனவில் வராத கொடியவர் கனவில்
    பிரிவு துயரை பெருக்குவதேன்

8.  தூக்கத்தில் தோளில் சாய்ந்து தருவாரின்பம்
    விழித்தால் ஒளிகிறார் நெஞ்சில்

9.  கனவில் காதலரை காணத கண்கள்
    நொந்துகொள்ளும் நேரில் காணவில்லையென்று

10. என்னை பிரிந்தாரென்று ஏசுவார் கனவில்
    வருவதை கண்டு அறியாதவர்

## 123 பொழுதுகண்டு இரங்கல்

1.  மாலையே நல்பொழுதாயில்லை பிரிந்த காதலர்
    உயிரெடுக்கும் வேலாய் இருக்கிறாய்

2.  துன்பப்படும் மாலையே உன்னுடைய காதலரும்
    இரக்கம் அற்றவரோ என்காதலர்போல

3.  பனித்தோன்றி பசந்தநிற மாலையே வறுத்தம்
    தருகிறாய் துன்பங்கள் வளர

4.  காதலரில்லாத மாலை பகைவர் களத்தில்
    வீசும் வாளாய் வருகிறது

5.  காலைக்கென்ன நன்மை செய்தேன் துன்புறுத்தும்
    மாலைக்கு தீதொன்று செய்தேனா

6.  மாலைநேரம் நோய் செய்யுமென்பதை காதலர்
    இருக்கும் நிலையில் உணரவில்லை

7.  காலை அரும்பாகி பகலில் முதிர்ந்து
    மாலையில் மலரும் காதற்நோய்

8.  மாலையில் தூதாகும் மாயனின் குழலோசை
    கேட்கிறது கொல்லும் படையோசையாய்

9.  மயங்கி துன்புற்றேன் மாலை வரும்போது
    ஊரும் துன்புறும் என்னைப்போல்

10. பிரிந்ததும் பிரியாத உயிர் மாலையின்
    பொழுதில் மாய்ந்து போகிறது

## 124 உறுப்பு நலன் அழிதல்

1. மலரிடம் நாணிய கண்கள் பலரிடம்
   நாணுதே பிரிவால் அழுததால்

2. நிறமாறி நீரிடும் கண்கள் காதலன்
   பிரிவை ஊருக்கு சொல்லிவிடும்

3. இன்பத்தில் பருத்த தோள்கள் அவரில்லாததால்
   மெலிந்து துன்பத்தை உரைக்கபோலும்

4. பருவ தோள்கள் எழிலிழந்து அவரில்லாததால்
   பசும்பொன் வளையலும் கழலுதே

5. வளைகழல வாடிய தோள்கள் பிரிந்தாரென
   நிலையை கூறுதே நிதமுருக்கே

6. வளைகழன்று வாடிய தோள்கண்டு காதலரை
   ஏசுவாரே மனநோக இரக்கமில்லாதவனென்று

7. இரக்கமற்று பிரிந்த என்னவனிடம் நெஞ்சே
   பெறுமைகொள் தோள்களின் துன்பமுரைத்து

8. பொன்னணிந்த நெற்றி பொலிவிழந்ததே தழுவிய
   கைகள் தளர்ந்த உடனே

9. தழுவலின் இடையில் புகுந்த காற்றால்
   பிரிவென பசலை கண்களில்

10. பிரிவுதுயரால் சிறுநெற்றி பசலையாக கண்களும்
    அடைந்ததே துன்பம் பசலையுற்

## 125. நெஞ்சோடு கிளத்தல்

1.  நினைத்து பார்த்து சொல்லாயோ நெஞ்சே
    காதல் நோய்க்கு மருந்தொன்றை

2.  காதல் இல்லாது காத்திருக்க வைப்போரை
    நெஞ்சே நினைப்பது அறியாமையே

3.  பிரிந்து துன்பதரும் இரக்கமில்லா காதலருக்கு
    இங்கிருந்து இறங்குகிறாய் நெஞ்சே

4.  காதலரிடம் கண்ணை எடுத்துசெல் நெஞ்சே
    இங்கிருந்தால் என்னை தின்றுவிடும்

5.  வெறுத்தாரென விடமுடியாது நெஞ்சே விரும்பியவரின்
    காதலை கைவிட முடியுமா

6.  கலந்துணர்த்தும் காதலரை கண்டால் கோபபடாத
    நெஞ்சே பொய் கோபமேனோ

7.  காதலை நாணத்தை கைவிடு நெஞ்சமே
    இரண்டுமே தாங்க என்னாலாகாது

8.  இரக்கமின்றி பிரிந்தவர் பின்னால் செல்கிறாய்
    நெஞ்சே அறிவற்ற பேதையாய்

9.  உள்ளத்தில் உறைகிறார் காதலர் நெஞ்சே
    தெரியாமல் தேடி அலைகிறாய்

10. சேராத காதலரை நெஞ்சினில் நினைத்திருக்க
    மேனியெழில் இழந்து மெலிந்து

## 126. நிறையழிதல்

1. காமம் உடைக்கும் நாணமெனும் தாழிட்ட
   கதவை காதல் கோடரியால்

2. இரக்கமில்லா காமம் இரவிலும் என்னை
   ஏவலாளாய் ஆள்கிறது நெஞ்சத்தை

3. மறைத்திட முயல்வேன் காமத்தை நானும்
   ஆனாலும் தும்மல்போல் தோன்றிவிடும்

4. மனம் அடங்கியவளென்றே எண்ணியிருந்தேன் என்னையும்
   மீறியே வெளியாகும் காமம்

5. பிரிந்தவரை பின்தொடராத மனதின் அடக்கம்
   காமநோய் கொண்டவருக்கு இல்லை

6. வெறுத்து பிரிந்தவரை பின்செல்லும் நிலையை
   தந்த காமநோய் மிககொடியதே

7. விரும்பிய காமத்தில் விருப்பமானவர் செய்வதால்
   நாணத்தையே நாம் அறிவதில்லை

8. பெண்மையின் மனயுருதியை உடைக்கும் படைகலனாம்
   காமத்தின் காதல் மொழியொன்றே

9. ஊடலால் தள்ளி நின்றேன் காமத்தால்
   கூடினேன் மனதின் அடக்கமின்றி

10. நெருப்பிலிட்ட கொழுப்பாய் உருகிடும் நெஞ்சத்தார்
    ஊடலில் உறுதியாக இருக்கமாட்டார்

## 127. அவர்வயின்விதும்பல்

1. வருவாரென பார்த்து விழிகளும் ஒளியிழந்தது
   விரல்களும் தேய்ந்தது கோடிட்டு

2. பிரிந்த துன்பம் வராதிருக்க மறந்திடவரை
   வளையல் கழன்றது தோள்மெலிந்து

3. ஊக்கத்தை உறுதுணையாக்கி சென்றவர் வெற்றியோடு
   வருவாரென்றே இருக்கிறேன் உயிரோடு

4. காதலாயிருந்தவர் பிரிந்து சென்றவர் எப்போது
   வருவாரென கொம்பேறி பார்க்கிறது

5. கணவரை கண்ணார கண்டபின் தோளில்
   படர்ந்த பசலை நீங்கும்

6. வாடவிட்டு பிரிந்துள்ள காதலன் வருவானொருநாள்
   வந்தால் நுகர்வேன் நோய்தீர

7. கூடுவேனோ ஊடலோடு கூடுவேனோ என்செய்வேன்
   இன்பத்தில் என்னவன் வந்ததும்

8. வெற்றி கொண்ட மன்னவன் விருந்துண்பான்
   மனைவியோடு மாலை பொழுதில்

9. ஒவ்வொருநாளும் யுகமாய் தோன்றும் நெடுந்தொலைவு
   சென்றவர் திரும்பி கூடும்வரை

10. உள்ளம் உடைந்தபின் உடலோடு சேர்ந்தாலும்
    ஒரு பயனும் இல்லை

## 128 குறிபறிவுறுத்தல்

1. சொல்லாமல் மறைத்தாலும் நில்லாமல் விழிகள்
   சொல்லாமல் சொல்லும் காதலை

2. கண்ணிறைந்த அழகும் மூங்கிலான தோளும் இருப்பினும்
   பெண்மையின் பண்பே பேரழகு

3. மணிக்குள் மறைந்த கோர்த்த நூல்போல்
   மங்கையில் மறைந்திருக்கும் அழகே

4. மலராத அரும்பிலும் மறைந்திருக்கும் நறுமணாய்
   மறைந்திருக்கும் காதல் மனதில்

5. துளைத்தெடுக்கும் துன்பத்தை தீர்க்கும் மருந்திருக்கிறது
   வடிவழகியின் குறும்பான பார்வையில்

6. ஆரத்தழுவி அளவில்லா அன்பில் கூடுவது
   மீண்டும் என்னை பிரிந்திடவோ

7. குளிர்துறையான் உடலால் கூடியிருந்தாலும் உள்ளத்தில்
   பிரிவாரென கழன்றதோ வளையல்

8. நேற்றுதான் பிரிந்தாரவர் நிறம் மாறியதே
   ஏழுநாளானதுபோல் பசலை நிறம்

9. வளையலும் தோளையும் பாதடியும் நோக்கிட
   அவனுடன் செல்ல குறிப்பதுவாம்

10. பெண்மைக்கே பெண்மை சேர்த்தார் போலாகும்
    கண்களால் காதலை இரந்தவர்

## 129. புணர்ச்சி விதும்பல்

1. நினைத்தாலும் கண்டாலும் இன்பம் காமத்துக்கு
   உண்டு கள்ளுக்கு இல்லை

2. பனையளவு காமம் பெருகிட தினையளவு
   ஊடலும் இல்லாது வேண்டும்

3. அவரின் விருப்பத்தை மட்டுமே செய்தாலும்
   தேடும் கண்கள் அவரையே

4. ஊடுவதற்கு சென்றாலும் நெஞ்சம் மறந்து
   கூடுவதே காதலின் சிறப்பு

5. அஞ்சனகோலை காணதுபோல் அவரை கண்டதும்
   எல்லா குற்றமும் மறையும்

6. காணும்போதவரின் தவறுகளை காணேன் காணாதபோது
   தவறுகள் மட்டுமே காண்பேன்

7. வெல்லாது ஊடல் என்றறிந்தும் இறங்குவது
   வெள்ளத்தில் இறங்குவது போல்

8. இழிவின்பம் தந்தாலும் எனக்கு கள்ளின்
   இன்பமாகுதே காணுமுன் மார்பு

9. மலரினும் மெல்லியது காமம் அதையும்
   மென்மையாய் நுகர்பவர் சிலரே

10. கண்களால் ஊடலானாள் கூடி தழுவிட
    என்னையே வென்று கலந்தாள்

## 130. நெஞ்சோடுபுலத்தல்

1. அவர் நெஞ்சு நினையாமல் துணையாயிருக்கிறது
   எந்நெஞ்சே நினைக்கிறாய் அவரை

2. அன்பிலாதவரென அறிந்தும் அவரிடமே செல்கிறாய்
   வெறுக்கமாட்டாரென விரும்பி நெஞ்சே

3. துன்பத்தில் அழிந்தோருக்கு துணையின்றி நிற்பதுபோல்
   நெஞ்சே செல்கிறாய் அவர்பின்

4. இன்பத்திற்கு எண்ணுகிறாயே நெஞ்சே தவறை
   கேட்காத உன்னுறவே வேண்டாம்

5. பிரிந்திருந்தால் இல்லையென அஞ்சும் வந்துவிட்டாலும்
   பிரிவாரென துன்பத்தில் நெஞ்சம்

6. தனியே பிரிந்து இருந்தபோது நெஞ்சே
   தின்பதுபோல் கொடுமையாய் இருந்தது

7. மறக்கமுடியாமல் வாடும் சிறப்பில்லா நெஞ்சத்தால்
   நாணத்தையும் நான் மறந்தேன்

8. பிரிந்தவரை இகழ்வது தமக்குமே இழிவென்பதால்
   பெருமையை நெஞ்சம் எண்ணும்

9. துன்பத்தை தாக்குவதற்கு நெஞ்சமே துணையாகாது
   போனால் துணை யார்வருவார்

10. நம்முடைய நெஞ்சமே நமக்கு உறவில்லாதபோது
    மற்றவர் உறவில்லாதது எளிதேயாகும்

## 131. புலவி

1. ஊடலினால் உண்டாகும் காதல் நோயை உணரட்டும்
   தழுவாமல் ஊடல் செய்

2. உப்பினளவு உணர்வதுபோல் ஊடலின் அளவும்
   உணரவேண்டும் தப்பினால் கரிக்கும்

3. ஊடலை நீக்கியே கூடாமல் போவது
   துன்பத்திலும் துன்பம் தந்ததுபோல்

4. ஊடியவரை உணராது விலகியே இருப்பது
   வாடிய கொடியை அடியோடருத்து

5. மலர்விழி மகளிர் நெஞ்சில் விளையும்
   ஊடலே காதலர்க்கு அழகாம்

6. சண்டையும் சாடலும் இல்லாதது கருகிய
   கனியும் பிஞ்சும்போல் உதவாது

7. கூடியே களித்திருக்க குறையுமோ என்றெண்ண
   ஊடலாகும் துன்பம் வரும்

8. நினைத்து வருந்தாத காதலர் இல்லாதபோது
   வருந்தி என்ன பயன்

9. நிழலருகின் நின்றநீர் குளிர்வதுபோல் அன்புள்ளவரின்
   காதலும் ஊடலும் இனிமை

10. ஊடலை தணியாது வாடவிட்டவரை நெஞ்சம்
    சேரதுடிப்பது அடங்காத ஆசையே

## 132. புலவிநுணுக்கம்

1. பெண்கள் எல்லாம் கண்ணால் உண்பதால்
   எச்சில் மார்பை தழுவமாட்டேன்

2. ஊடலோடிருந்தேன் தும்மினார் நீடுவாழென வாழ்த்தி
   ஊடல் விடுவேனென நினைத்தே

3. மரமலரை மாலையாக்கி சூடினேன் சினந்தாள்
   எவளுக்கு அழகைகாட்ட என்றே

4. எவரினும் மிகுந்த காதலென்றேன் எவளது
   என்றே ஊடல் கொண்டாள்

5. இப்பிறவியில் பிரியோம் என்றேன் மறுபிறவியில்
   பிரிவோமா என்று கலங்கினாள்

6. நினைதேனென்று உறைத்தேன் மறந்தால்தானே நினைக்க
   மறந்தது ஏனோ என்றூடினாள்

7. தும்மினேன் வாழ்த்தினாள் யார்நினைத்து தும்மலென்றே
   ஊடியே அழுதாள் என்னோடு

8. ஊடலுகஞ்சியே தும்மலை நிறுத்தினேன் நினைப்பதாரென
   மறைக்கிறாய் என்றே ஊடினாள்

9. ஊடலைவிட்டு பணிந்து மகிழ்வித்தேன் மற்றவளிடமும்
   இப்படித்தானா என்றே சினந்தாள்

10. இளமையழகை இமைகொட்டாமல் பார்க்க எவளோடு
    ஒப்பிடுகிறாய் என்றே சினப்பாள்

## 133. ஊடலுவகை

1. இல்லையென்றாலும் எந்ததவறும் அவரோடு ஊடுதல்
   அன்பிலும் பேரன்பை தரும்

2. ஊடலினால் உண்டாகும் துன்பம் சிறிதளவு
   பேரன்பு வாடினாலும் பெருமையே

3. நிலத்தோடு நீர்கலந்தது போன்ற காதலில்
   ஊடும் இன்பம் வேறுலகிலுமில்லை

4. இணைபிரியாத இன்பம் தருகிறது ஊடல்
   உள்ளத்து உறுதியை குறைப்பதுவே

5. தவறே இல்லாது தன்னவளின் ஊடலால்
   மெல்லியதோள் பிரிவதும் இன்பமே

6. உண்பதினும் செரிப்பதினிது அதுபோல் காமத்தினும்
   காதலில் ஊடலே இனிது

7. ஊடலில் தோற்றவர் வென்றவராவார் அதன்பின்
   வெற்றியை கூடலில் காணலாம்

8. கூடுதலால் கொட்டும் வியர்வையின் இன்பம்
   ஊடலிலும் ஒருமுறை பெறலாம்

9. ஊடலை ஒழிக்க இரந்திடும் இன்பத்திற்கு
   இரவெல்லாம் நீளட்டும் இன்னும்

10. ஊடுதல் காமத்திற்கு இன்பம் அதற்கின்பம்
    ஊடல் நீக்கி கூடுதலே

--- முடிந்தது ---